தமிழ் இசைக் கட்டுரைகள்

ஆசிரியர்:

இசைப்பேரறிஞர், இசையரசு,

எம்.எம்.தண்டபாணி தேசிகர்,

இசைப்பேராசிரியர்

அண்ணாமலைப் பல்கலைக் கழகம்

MALAR BOOKS

மலர் புக்ஸ்

தமிழ் இசைக் கட்டுரைகள்

பேராசிரியர் : இசைஅரசு எம்.எம்.தண்டபாணி தேசிகர்

முதல் பதிப்பு: மே 2023

வெளியீடு : மலர் புக்ஸ்

விற்பனை உரிமை: பரிசல் புத்தக நிலையம்

235, P-பிளாக், MMDA காலனி

அரும்பாக்கம், சென்னை – 600 106

பேச: 9382853646, 8825767500

மின்னஞ்சல்: parisalbooks@gmail.com

பக்க வடிவமைப்பு: யு.நிலா

அச்சாக்கம்: காம்யூ பிரிண்டர்ஸ், சென்னை

பக்கம்: 96

விலை: ரூ 120

TAMIL ISAIK KATTURAIKAL

Author : **Isai Arasu M.M.Dhandapani Desikar**

First Edition: May 2023

Published by: Malar Books

Office : Parisal Putthaga Nilayam

No.235, P-Block, MMDA Colony

Arumbakkam, Chennai - 600 106

Mobile: 93828 53646

E-mail: parisalbooks@gmail.com

Designed by: Y.Nila

Printed at: Comu Printers, Chennai

ISBN: 978-93-91947-48-4

Pages: 96

Price: 120

அன்புக் காணிக்கை

தமிழிசைக் காவலர், செட்டிநாட்டரசர்,
டாக்டர்.இராஜா.சர்.
எம்.ஏ.முத்தையாச் செட்டியார் அவர்களின்
இன்ப அன்பிற்கு இந்நூல்
காணிக்கை யாகுக!

எம்.எம்.தண்டபாணி தேசிகர்.

பொருளடக்கம்

	முன்னுரை	7
1.	கலை வளர்ச்சி	9
2.	பண்டைக் கால இசை	21
3.	இடைக்கால இசை	27
4.	கர்நாடகச் சங்கீதம்	39
5.	நான் செய்த முதல் கச்சேரி	41
6.	இசை வளர்ச்சி	45
7.	மதுரை பொன்னுச்சாமிப் பிள்ளை	49
8.	இசையமைக்கும் முறை	57
9.	மனிதன் கண்ட முதல் ஓசை	59
10.	பாபநாசம் சிவன்	62
11.	இசையின் முடிந்த பயன்	66
12.	குமார எட்டேந்திரா	68
13.	இசையரங்குகளில் வெற்றிபெற?	75
14.	ரேடியோக் கச்சேரி	79
15.	இயலும் இசையும்	84
16.	இசையும் நாடகமும்	90

முன்னுரை

தமிழிசைப் பாடல்கள், தமிழிசை விளக்கங்கள், தமிழிசை பற்றிய ஆராய்ச்சிகள் ஆகியவை நூல்கள் வடிவில் குவிய வேண்டுமென்பது என்னுடைய ஆசை. இயற்றமிழ் பெற்றிருக்கும் ஏற்றமும் தோற்றமும் இசைத்தமிழுக்கும் உளவாக வேண்டும். எண்ணற்ற நூல்கள் இசைத்தமிழில் எழவேண்டும். இசைத்தமிழில் வல்லார் இத்துறையிலும் தொண்டு செய்ய முன்வரவேண்டும்.

தமிழிசைக் கட்டுரைகள் என்னும் இந்நூல் தமிழிசைக்கு விளக்கந் தரும் வகையில் அமைந்ததுவே. கட்டுரைகளில் பல வார விதழ்களிலும், மாதவிதழ்களிலும், ஆண்டு மலர்களிலும் வெளிவந்தவை. பல சென்னை வானொலி நிலையத்திற் பேசப்பட்டவை. எனது மாநாட்டுத் தலைமையுரைகளும் சொற்பொழிவுகளும் கட்டுரை வடிவில் இந்நூலில் இடம் பெற்றிருக்கின்றன. இவையனைத்தும் தமிழிசைக்கு விளக்கந்தரும் வகையில் அமைந்திருப்பதால் தமிழிசைக் கட்டுரைகள் எனப் பெயர் தந்து முத்தமிழாக மிளிரும் தமிழ்த் தாயின் திருவடியில் முதன் மலராக அணிகின்றேன். இத்துறையில் தமிழ்த்தாயின் தண்ணருள் அடியேற்கு மேலும் பெருகுவதாக வென வேண்டுகின்றேன்.

வாழ்நாள் முழுவதும் வளர் தமிழிசைக்கே தொண்டு புரியும் பேறு எனக்குக் கிடைத்தமை பற்றிப் பெரிதும் மகிழ்கின்றேன். இத்துறையில் யான் முழு முயற்சியோடு ஈடுபட எனக்கு ஊக்கமும் ஆக்கமுந் தந்து போற்றிப் புரந்தவரும் தமிழிசை இயக்கத்தைத் தோற்றுவித்தவருமாகிய **செட்டிநாட்டரசர். வள்ளல். இராஜா. சர். அண்ணாமலைச் செட்டியார்** அவர்களை யான் என்றும் மறக்க முடியாது. அவர் வழிநின்று தமிழிசையைக் கண்ணின் மணியாகக்

கருதிப் பணி புரிபவரும் எனக்குப் பட்டமும் பதவியுந் தந்து போற்றிக் காக்கும் புரவலருமாகிய **இராஜா. சர். முத்தையாச் செட்டியார்** அவர்கட்கு எனது உளமார்ந்த நன்றி யுரியதாகுக.

எனது கட்டுரைகளை நூல் வடிவில் வெளியிட அனுமதி தந்த இதழாசிரியர்கட்கும், வானொலி நிலையத்தார்க்கும் எனது நன்றி. இவை நூல் வடிவு பெற உடனிருந்து உதவிய எங்கள் சர்.தியாகராயர் கல்லூரித் தமிழ்ப் பேராசிரியர் மா. இராசமாணிக்கம் அவர்கட்கும் எனது நன்றி. "யாது மொன்றறியா வென்னை இவனலாதிலை யென்றிந்த மேதினி மதிக்குமாறு வியன் முதற் கலைகள் யாவும் கோதறத்தந்து ஆட்டுவித்து ஆடல் கண்டு மகிழும் அம்மையப்பன் ஆலவாயில் அமர்ந்தருளும் மீனாட்சிசுந்தரனின் பொன்னடிகளை யுள்ளத்தாற் போற்றுகின்றேன்.

வாழ்க தமிழிசை !

கலையகம்.   எம். எம். தண்டபாணி தேசிகர்.
1960

1. கலை வளர்ச்சி

தலைமையுரை

அறிவிற் சிறந்த பெரியோர்களே! அன்பிற் சிறந்த அன்னைமார்களே! இசைப்புலமை மிக்க நண்பர்களே! உங்களனைவருக்கும் எனது நன்றி கலந்த வணக்கம் உரியதாகுக.

இந்திய நுண்கலைச் சங்கம் (Indian Fine Arts Association) என்னும் பேரவையானது இந்நாட்டின் தலைநகரமாகிய சென்னை மாநகர்க்கண் இற்றைக்கு இருபத்துமூன்று ஆண்டுகளுக்கு முன்னர் இறைவன் திருவருளால் நிறுவப்பெற்றது. இது தான் தோன்றிய காலந்தொட்டு இளம்பிறைபோல் நாணாளும் வளர்ச்சி யடைந்து எல்லா நலங்களும் நிரம்பப்பெற்று, இசைக் கலைக்குச் செய்ய வேண்டுங் கடமைகளைச் செவ்வகையாகச் செய்து வந்துள்ளது. மக்கள் வாழ்வில் இருபத்துமூன்று ஆண்டுகள் நிரம்பிய பருவம் எத்தொழிலையும் துணிந்து செய்தற்கு உரிய ஒரு கட்டிளங்காளைப் பருவமாகும். அதுபோல இச்சங்கமும் இதற்கு முன் செய்து வந்துள்ள சேவைகளைக் காட்டிலும் இனிச் சிறந்த சேவை செய்வதற்குரிய பருவத்தைப் பெற்றுள்ளது என்பதை எண்ணும் போது மிக்க மகிழ்ச்சியுண்டாகிறது.

கடந்த இருபத்துமூன்று ஆண்டுகளாக இச்சங்கத்தின் ஆண்டு நிறைவு விழாக்களில் அரசர்களும் அமைச்சர்களும், அறிவு. ஆற்றல் அநுபவங்களிற் சிறந்த பெருமக்களும் மேற்கொண்டு நடத்திய தலைமைப் பணியை, இவ்வாண்டில் எனக்குத் தந்திருப்பதற்குக் காரணம் இறைவனின் இன்னருளே என்று கருதுகின்றேன். என்பால் இச்சங்கத்தார் கொண்டுள்ள அன்பும் காரணம் என்பதை நான் நன்கு அறிகின்றேன்.

எல்லாம் வல்ல இறைவனே அன்பென்னும் வலையில் அகப்படுவானானால் அவனருளையே நம்பியிருக்கும் அடியேன் அன்பர்கள் இட்ட கட்டளையை எவ்வாறு மறுக்க முடியும்? மறுத்தற்கு இயலாமல் இப்பணியையேற்றுக் கொண்டேன். ஆதலால் என் தலைமையில் ஏதேனும் தவறு காணப்படுமாயின் அது என்னுடைய தாகாது; இச்சங்கத்தாரையே சாரும் என்பதையும் பணிவுடன் தெரிவித்துக்கொள்ளுகின்றேன்.

அறிஞர்களே! நம்முடைய முன்னோர்கள் அரும்பாடுபட்டு நமக்கு ஈட்டிவைத்துள்ள செல்வங்கள் பலவற்றுள் முதன்மையாக வைத்து மதிக்கத்தக்கவை நமது நுண்கலைச் செல்வங்களாகும். அவை:-ஓவியம், சிற்பம், காவியம், இசை, நடனம் என்று கூறப்படும். இந்த நுண்கலைகளில் பிற நாட்டார்க்கு நாம் எவ்வகையாலும் பின்னிலையில் இல்லை எனப் பெருமையுறவும் பேசிக் கொள்ளலாம். இந்த நுண்கலைகளில் மிகவும் சிறப்பு வாய்ந்தது நமது இன்னிசை என்பது நினைவு கூரத்தக்கது. இதற்கு ஆதாரம் ஏதேனும் உண்டா என்று இப்போது நாம் ஆராய வேண்டுவதில்லை. நம்முள் ஒருவராயிருந்து நம் நாட்டுக்கலை வளர்ச்சிக்குப் பெருந்தொண்டுகள் செய்து சில ஆண்டுகட்குமுன்பு நம்மை விட்டுப் பிரிந்து அமர வாழ்வு எய்திய எய்திய 'கல்கி' ஆசிரியர். ரா. கிருஷ்ணமூர்த்தி யவர்கள் இச்சங்கத்தின் இருபத்தோராம் ஆண்டு நிறைவு விழாவிற்குத் தலைவராயிருந்து நிகழ்த்திய தலைமைப் பேருரையில் கூறியுள்ள ஒரு பகுதியை இங்கே எடுத்துக் காட்டினால் போதுமென்று கருதுகின்றேன். அஃதாவது "கலைகளுக்குள் மிக நுட்பமான கலை சங்கீதம் சிற்பம், சித்திரம் இவற்றைக் கண்ணால் பார்க்கலாம்; அவற்றைத் திருத்தி அமைக்கலாம்; அழித்தும் எழுதலாம். கவிஞர்கள் தாங்கள் இயற்றும் கவிதைகளை ஒரு முறை ஏட்டில் எழுதிப் பார்த்துவிட்டுத் தேவையானால் பிறகு திருத்தி அமைக்கலாம். ஆனால் சங்கீதக் கலையில் இப்படியெல்லாம் செய்ய முடியாது. சங்கீதம் காற்றிலே தோன்றிக் காற்றிலே மறைந்து விடுகிறது. அதற்கு உருவம் கிடையாது; கண்ணால் பார்க்க முடியாது; திருத்தியமைக்க முடியாது" என்பதாகும். சங்கீதத்தின் சிறப்பிற்கு இக்கருத்துகள் போதிய சான்றாயுள்ளன அல்லவா!

இசையானது ஒன்றும் அறியாத பச்சிளங் குழந்தைகள் முதல் முதியோர் ஈறாகவுள்ள எல்லோரையும் தன் வயப்படுத்தும் தன்மை வாய்ந்தது. பல்லாண்டுகளாகப் பழகித் தன்னைப் பாதுகாத்து வந்த பாகனையுங் கொல்லும் மதவெறி கொண்ட யானைகளும், மலைபோன்ற பேருருவம் படைத்த மதயானைகளையும், சிறிய நச்சுப் பல்லால் தீண்டி உயிர்க்கொலை புரியும் நாகங்களும்கூட இசைக்குக் கட்டுப்பட்டு நிற்கும் என்பதை நூல்கள் வாயிலாகவும், கண்கூடாகவும் காண்கிறோம். மதங்கொண்ட யானையின் வெறியை, யாழ் வாசிப்பால் உதயணன் அடக்கினான் என்ற செய்தி பெருங்கதை யென்னும் நூலில் பேசப்படுகின்றது. இன்னும் மனம் வாக்குகளுக்கு எட்டாத இறைவனும் இசைக்கு உருகும் இயல்பினன் என்பதை, இராவணன் கைலையை யெடுத்தபோது சிவபிரான் அவனை அம்மலையின் அடியிற் சிக்குண்டு வருந்தும்படி செய்தாராயினும், பின்பு அவன் பாடிய இசைக்கு இரங்கி முக்கோடி வாழ்நாளும், வாளாயுதமும் ஈந்தார் என்று இதிகாசமாகிய இராமாயணத்தால் அறியலாம். திருநாவுக்கரசர் “வேதத்தொலி கொண்டு வீணை கேட்பார் வெண்காடு மேவிய விகிர்தனாரே” என்றதனால் சிவபெருமான் வேதமாகிய பாடலைப் பாடிக்கொண்டு வாசித்து இன்புறுகிறார் என அறியலாம். தம்பிரான் தோழராகிய நம்பி யாரூரர் “ஏழிசையாய் இசைப்பயனாய் இன்னமுதாய் என்னுடைய தோழனுமாய்” என்று ஆண்டவனை இசைவடிவமாகவே கண்டுகளிக்கின்றார். இவற்றையெல்லாம் நோக்கும்போது இசையின் பெருமை நன்கு விளங்குகிறது. இத்தகைய இசையில் ஈடுபட்டு இன்பம் அடையாத மனமுடையவர்கள் விலங்கினும் கீழ்ப்பட்டவரே யாவர். இவ்வாறு நுண்கலைகள் பலவற்றுள்ளும் சிறந்ததாய், எல்லோரையும் இன்புறுத்தும் இயல்பும் வாய்ந்ததாகிய நம்நாட்டு இசையின் தோற்றம் வளர்ச்சி முதலியவை பற்றியும், இனி அதற்கு நாம் செய்யவேண்டுவன பற்றியும் சிறிது கூறலாமென எண்ணுகிறேன்.

நம் நாட்டு இசை எப்போது தோன்றிற்று என அறுதியிட்டுக் கூற முடியாத பழமை உடையது. நம் நாட்டு மொழியாகிய தமிழ்மொழி எப்போது தோன்றியதோ அப்போதே இசையுந்

தோன்றியது என்று கூறுதலே பொருத்தமெனத் தெரிகிறது. பிறநாட்டு மொழிகளைப் போல மொழி வேறு இசை வேறாக நம் முன்னோர்கள் கருதாமல் இயல் இசை கூத்து என்னும், மூன்றையும் மொழியின் பிரிவாகவே கருதினர். "முத்தமிழும் நான் மறையும் ஆனான் கண்டாய்" என்னும் அருள்வாக்கும், 'சங்கத் தமிழ் மூன்றுந் தா' என்னும் ஔவைப் பிராட்டியார் வேண்டுகோளும் இக்கருத்தை வலியுறுத்துகின்றன. இத்தகைய மொழி என்று தோன்றியது என்பதற்கு விடை காண்போமானால் "என்று முள தென்றமிழ்" என்கின்றார் கவிச்சக்கரவர்த்தியாகிய கம்பர். ஆதலால் நம் நாட்டு மொழியின் ஒரு கூறாகிய இசை வரலாற்றிற்கு எட்டாத காலந்தொட்டே உள்ளது என்று கூறியமைவதே சால்புடைத்தாகும். ஆயினும் நமக்குக் கிடைத்துள்ள நூல்களின் வாயிலாக இசையின் சிறப்பியல்புகளை நோக்குவோம்.

இற்றைக்குச் சுமார் இரண்டாயிரத் தைந்நூறு ஆண்டுகளுக்கு முன்பு நம் நாட்டில் தோன்றிய நூல் தொல்காப்பியம். அது இயற்றமிழ்க்கு இலக்கணம் வகுக்கும் நூலாயினும் இசைபற்றிய குறிப்புகளும் அதன்கட் காணப்படுகின்றன. இந்நிலவுலகத்தைக் காடு, நாடு, கடல், மலையென்று நான்கு கூறாகப் பகுத்துக் கூறும் ஆசிரியர் ஒவ்வொரு நிலத்திலும் இயற்கையாய்க் காணப்படும் மரஞ்செடி கொடிகள் விலங்குகள் பறவைகள் ஆங்காங்கு வாழும் மக்கள் அவர்களால் வழிபடப்பெறும் தெய்வம் அவர்கள் தொழில் உணவு முதலியவற்றைக் கூறிவருமிடத்து, அந்தந்த நிலத்து மக்களுடைய மனநிலைக்கும் ஒழுகலாற்றிற்கும் சுற்றுச் சார்பிற்கும் இசைந்த பண்ணும் யாழும் தோற்கருவிகளும் கூறியுள்ளார். இவற்றுள் பண்பாடுதலையே தொழிலாகக் கொண்ட மக்கள் பாணர் எனவும், உள்ளக் கருத்தை உடலுறுப்புக்களின் அசைவாற் புலப்படுத்திப் பாடிக்கொண்டு ஆடல்புரியும் மகளிர் விறலியர் எனவும், இசையின் இலக்கண நூல் நரம்பின்மறை யெனவும் சொல்லப்பட்டுள்ளன. திருஞான சம்பந்தப் பிள்ளையாருடன் இருந்து அவர் பாடியருளிய தேவாரத் திருப்பதிகங்களை யாழில் அமைத்து வாசித்துவந்த திருநீலகண்டயாழ்ப்பாணரும், திருமால் அடியவர்களுள் ஒருவராகிய திருப்பாணாழ்வாரும், திருமுறை

கண்ட சோழர் எனப் பாராட்டப்பெறும் அநபாய சோழரின் வேண்டுகோட்படி, தேவாரத் திருமுறைகளுக்குப் பண் வகுத்துக் கொடுத்த திருவெருக்கத்தம் புலியூர் அம்மையார் அவர்களும் இப்பாணர் மரபினரே யாவர் என்பது இங்கே நினைக்கத் தக்கதாகும்.

ஒருநாள் மாலை நேரத்தில் குறவன் தினைப்புனங் காத்துக் கொண்டிருக்கிறான். அப்போது அங்கே வந்த அவன் மனைவி கொடுத்த மதுவை அருந்தி மயங்கிப் புனங்காவலை மறந்துவிட்டான். அவனுடைய கவண் கல் வீச்சும் பறை முழக்கமும் ஓய்ந்தமை யறிந்த ஆண் யானை ஒன்று தினைக் கதிர்களைத் தின்ன வந்தது. அப்போது அருவியில் நீராடிக் கூந்தலை யுலர்த்திக் கொண்டு குறமகள் ஒருத்தி பாடிய குறிஞ்சிப் பண்ணைக் கேட்ட அந்த யானை தினைக்கதிரைத் தின்னாமலும், அவ்விடத்தை விட்டுப் போகாமலும் கண்களை மூடிய வண்ணம் அந்த இசை இன்பத்தில் ஈடுபட்டு அசைந்து கொண்டு நின்றது என அகநானூற்றுப் புலவர் ஒருவர் தாம் கண்ட இயற்கைக் காட்சியைச் சித்தரித்துக் காட்டுகிறார். நாத தத்துவத்தில் தோன்றிய யானை நாத மயமான இசையில் ஈடுபடுதல் வியப்பாக மாட்டாது. இப்பாட்டின் பொருளை ஓவியம் வல்லார் ஒருவர் ஒரு மலை, அதன் உச்சியிலிருந்து ஒழுகும் அருவி, தினைக் கொல்லை, பரண், மதுவுண்டு மயங்கிய குறவன், அருவியில் நீராடி ஈரம் புலராத கூந்தலை விரலால் உலர்த்திக்கொண்டு பண் பாடாநிற்கும் குறமகள், தினைப்புனத்தில் வந்து தினை மேயாமல் செவி தாழ்த்துக் கண்மூடி அசைந்து நிற்கும் யானை ஆகியவற்றைப் பல வண்ணத்தால் எழுதிக் காட்டுவாராயின் அது கண்ணுக்கும் கருத்துக்கும் நல்லதோர் விருந்தாகும் என்பதில் ஐயமில்லை.

சிலப்பதிகாரம் என்னும் முத்தமிழ்க் காப்பியத்தில் ஆடல் ஆசிரியன், இசையாசிரியன், இசைப் பாட்டு இயற்றுவோன், தண்ணுமை குழல் யாழ் வாசிப்போர் ஆகியவர்கள் இயல்புகளும், யாழ் புல்லாங்குழல் முதலிய இசைக் கருவிகளை அமைக்கும் முறைகளும் விரிவாகக் கூறப்பட்டிருக்கின்றன. இவற்றை யெல்லாம் உள்ளவாறே தொகுத்துத் தனிநூலாக வெளியிட்டால்

பழைய இசைமரபுகளை அறியலாம். தேவாரம், திவ்யப்பிரபந்தம், திருவிசைப்பா முதலான அருட்பாடல்களெல்லாம் நம் நாட்டுப் பண் முறையில் அமைந்தனவேயாகும்.

குழல் யாழ் என்னும் இன்னிசைக் கருவிகள் இரண்டும் நம் நாட்டு மக்கள் கண்டறிந்த இசைக் கருவிகளாகும். வெளி நாட்டிலிருந்து இங்கு வரப்பெற்ற இசைக் கருவிகளல்ல. இவ்விரண்டு கருவிகளும் கண்டு பிடிக்கப்பட்ட உண்மை வரலாற்றைக் கேட்டால் நம்மில் பலர்க்கு அது வியப்பாகவே யிருக்கும். காட்டில் மாடு மேய்த்துக்கொண்டிருந்த ஆயர் குலச் சிறுவர்கள், ஓர் புதிய ஒலி காற்றில் மிதந்து வந்து தம் காதுகளில் விழுவதைக் கேட்டனர். இப்புதிய ஒலி எங்கிருந்து வருகின்றது எனத் தேடிய போது, மலைச்சாரலில் முளைத்தெழுந்த மூங்கிலில் வண்டு துளைத்த துளையின் வழியே மேல் காற்றுப் புகுந்து வெளிவருவதால் உண்டாயது என்று தெளிந்தனர்.

அதன்பின் அவ்வாறே தாமும் இசையெழுப்பக் கருதிச் சிறு மூங்கிலை ஓரளவாக வெட்டி யெடுத்துத் தீக்கடை கோலால் நெருப்புண்டாக்கித் துளையிட்டு வாயில் வைத்து ஊதி மகிழ்ந்தார்கள். அப்புல்லாங்குழலை ஊதி ஊதிச் சலிப்படைந்த அச் சிறுவர்கள் அக்காட்டிலுள்ள குமிழங் கொம்பை முறித்து அதனை வில்லைப் போல் வளைத்து மரல் என்னும் புல்லை அவ்வளைத்த கோலின் இரு நுனியிலும் இழுத்துக் கட்டி விரலால் தெறித்து அதில் இனிய நாதம் தோன்றுதலைக் கேட்டு இன்புற்றனர். இது வில்யாழ் எனப் பெயர் பெற்றது. இச்செய்திகளைப் பெரும்பாணாற்றுப்படை, அகநானூறு முதலிய நூல்களால் அறிகிறோம். இயற்கையிலிருந்து கண்டுபிடிக்கப்பட்ட இவையே இன்று எல்லோராலும் கொண்டாடப்பெறும் சிறந்த சிறந்த இசைக் கருவிகளாக விளங்குகின்றன. அடுப்பில் கொதிக்கும் உலை நீரை மூடி வைத்திருந்த பாத்திரம் நீராவியால் மேலெழுவதை **ஜேம்ஸ் வாட்** என்னும் இளைஞன் (விஞ்ஞானி) ஒருவன் உற்று நோக்கிய காட்சியிலிருந்து நீராவியால் ஓடிக் கொண்டிருக்கும் புகை வண்டித் தொடர்கள் தோன்றவில்லையா? அது போலவே கள்ளங் கபடமற்ற வெள்ளை யுள்ளம் படைத்த ஆயர் குலச்சிறுவர் இயற்கையிலிருந்து

எளிதாகவும் விளையாட்டாகவும் கண்டறிந்து செய்த கருவிகளே நாளடைவில் பல பல திருத்தங்கள் பெற்று இன்று எல்லோரையும் மகிழ்விக்கின்றன. திருவள்ளுவரும் "குழலினிது யாழினிது" என்றார்.

இக்காலத்தில் தம்பூராச் சுருதியை ஆதார சுருதியாக வைத்துக் கொண்டு, அதற்கு ஏற்ப மிடற்றுப் பாடலையும் ஏனைய இசைக் கருவிகளையும் இயைத்துப் பாடி வருகின்றோம். பழங்காலத்தில் வேய்ங்குழலின் சுருதியையே ஆதார சுருதியாகக் கொண்டு அதற்கியைய மற்றைய இசைக் கருவிகளின் சுருதிகளை அமைத்துப் பாடினார்கள் என்பது சீவக சிந்தாமணியால் தெரிகிறது.

பல வேறு வகையான இசைக்கருவிகளை ஒன்று சேர்த்து, அவற்றையெல்லாம் ஒரேகாலத்தில் ஒலிப்பித்து, அக்கூட்டிசையைக் கேட்டுக் களிப்புறுதல் பழங்காலத்திலும் இருந்தது. இதனைக் "குழல் வழி நின்றது யாழே, யாழ்வழித் தண்ணுமை நின்றது தகவே, தண்ணுமைப் பின்வழி நின்றது முழவே, முழவொடு கூடி நின்று இசைத்தது ஆமந்திரிகை" என்பதனால் அறியலாம்.

வாய்ப்பாட்டைத் தனித்தும் பாடலாம்; இசைக் கருவிகளைத் துணையாக அமைத்துக்கொண்டும் பாடலாம். கருவிகளைத் துணையாக வைத்துக்கொண்டு பாடும்போது, பருந்தும் அதனைப் பின்தொடர்ந்து செல்லும் அதன் நிழலும் போலப் பாட்டும் அதனைப் பின்பற்றி வாசிக்கப் பெறும் இசைக் கருவிகளும் இயங்குதல் வேண்டுமென்பது நம்முன்னையோர் கண்டமுறை. எல்லாப் பறவைகளும் பறந்து செல்லும்போது அவற்றின் நிழலும் தொடர்ந்து செல்லுமாயினும், பருந்தையும் அதன் நிழலையும் குறிப்பிட்டதில் தனிச்சிறப் பிருக்க வேண்டுமெனத் தோன்றுகிறது. பருந்து வானத்தில் முதலில் ஓரளவு தூரம் உயரப் பறந்துசென்று, அதே நிலையில் நெடுநேரம் வட்டமிட்டுக் கொண்டிருக்கும். பின்பு அதைவிடச் சற்று மேலே சென்று அவ்விடத்திலும் நெடுநேரம் வட்டமிடும். இவ்வாறு மெல்ல மெல்ல மேலே சென்று வட்டமிடுதலை நாம் காண்கிறோம். அப்போதெல்லாம் அதன் நிழலும், அதைப் பின்பற்றி வட்டமிடுதலைக் காணலாம். அது

போலவே இசைவாணர், மந்தரம், மத்திமம், தாரம் என்ற மூன்று நிலைகளில் யாதேனும் ஒரு நிலையில் நீண்ட நேரம் இராக ஆலாபனை செய்து, அப்பால் மற்றொரு நிலையிலும் நீண்ட நேரம் ஆலாபனை செய்யக் கூடும். பாடுவோர் செல்லும் அந்த நிலைக்கு ஏற்றவாறு இசைக் கருவிகள் தொடர்ந்து செல்லுதல் வேண்டும். இதுபற்றித்தான் **"பருந்தும் நிழலுமெனப் பாட்டும் ஏழாலும் திருந்துதார்ச் சீவகற்கே சேர்ந்தன"** எனச் சிந்தாமணி கூறிற்று.

காந்தருவதத்தை என்னும் விஞ்சை மகள் ஒருத்தி யாழ் வாசித்துக்கொண்டு பாடியதைப் பின்வரும் செய்யுளால் அறியலாம்.

"கருங்கொடிப் புருவம் ஏறா; கயல் நெடுங் கண்ணும் ஆடா அருங்கடி மிடறும் விம்மாது ; அணிமணி எயிறுந் தோன்றா இருங்கடற் பவளச் செவ்வாய் திறந்து இவள் பாடினாளோ நரம்பொடு வீணை நாவால் நவீன்றதோ என்று நைந்தார்."

அதாவது புருவம் ஏறாமலும், கண்கள் ஆடாமலும், கழுத்து விம்மாமலும், பற்கள் தோன்றாமலும் காந்தருவ தத்தை யாழ் வாசித்துக்கொண்டு பாடினாள். அதைக் கேட்ட அரசர் முதலானவர்கள் இவள்தான் வாய் திறந்து பாடினாளா? அல்லது வீணைதான் ஒரு நாவைப் பெற்றுப் பாடியதா? என்று வாய்ப்பாட்டிற்கும் வீணை யொலிக்கும் வேறுபாடு காணமுடியாமல் மயங்கினார்களாம். இதில் மற்றொரு நயம் என்ன வென்றால் பாடும் போது அவள் முகத்திற்கூடச் சிறிதும் வேறுபாடு தோன்றவில்லை யென்பதாம். இவ்வாறே மத்தளம் வாசிக்கும் போதும் விரல்களைத் தவிர. மற்றைய உறுப்புகள் அசைதல்கூடாது என்பதனை **"விரல் அசைந்து ஆடல் அன்றி மெய் அசையாமல்"** மத்தளம் வாசிக்கப் பெற்றதாக மற்றொரு நூல் கூறுவதிலிருந்து அறியலாம்.

இதுகாறும் நமது நாட்டு இசையை நம்முன்னோர் கள் எப்படி யெல்லாம் வளர்த்து இன்பம் எய்தினார்கள் என்பதை ஒருவாறு கண்டோம். இனி நாம் இசைக்கலைக்குச் செய்யவேண்டுவன யாவை என்பதையும் பார்ப்போம்.

நம் நாட்டுத் திருக்கோயில்கள் கலைச்செல்வங்களுக்கு நிலைக்களமாயிருப்பவை. ஓவியம் சிற்பம் ஆகிய நுண்கலைகளைப்

பண்டைக்காலத்துப் பேரரசர்களும், பெருஞ்செல்வர்களும் கோயில்களிலே தீட்டியும், செதுக்கியும் காப்பாற்றினார்கள். அவைபோலவே ஏழு சுரங்களின் நுட்பமான ஒலிக்கூறுகளைக் கல்தூண்களில் அமைத்துக் காட்டியிருக்கின்றனர். இந்த அற்புதச் செயல்கள் எத்தனையோ நூற்றாண்டுகளாக நிலைத்து நின்று நம்மையும் வெளிநாட்டிலிருந்து வரும் கலாரசிகர்களையும் வியப்பில் ஆழ்த்தி வருகின்றன. மேலும் வல்லவர்களுக்கு முற்றூட்டாக இசை நடனங்களில் வழங்கி; நாள்வழிபாட்டின் விளை நிலம் முதலியன போதும் திருவிழாக் காலங்களிலும் இவர்கள் தம் கடமைகளைச் செய்து வரும்படி திட்டம் அமைத்திருந்தார்கள். இம்முறையால் இசை நடனங்கள் நெடுங்காலம் வழிவழியாக வளர்ந்து வந்தன. இப்போது அத்திட்டங்கள் நழுவ விடப்படுகின்றமையால் இசை நடனங்கள் வளர்ச்சியுறுதற்கு இடம் இல்லாமற் போகிறது. அதனால் முன்போலவே திருக்கோயில்களில், இவை நடைபெற்று வர ஏற்பாடுகள் செய்ய வேண்டுமென அரசாங்கத்தாரையும், பலகோயில்களைத் தங்கள் மேற்பார்வையில் வைத்திருக்கும் மடாதிபதிகளையும் வேண்டிக்கொள்வோமாக.

வானொலி நிலையத்தார், இராகம், தானம், பல்லவி, பாடும் வாய்ப்பைச் சிறந்த இசை வாணர்களுக்கே கொடுத்து வருகின்றனர். இது பாராட்டுதற்குரியதே. ஆனால் இதற்கென்று ஒதுக்கப்படும் முக்கால் மணிநேரம் போதியதாயில்லை. இராகம் தானம் பல்லவி என்ற இசைப்பகுதியின் தரத்திற்கு வழுவில்லாமல் பாடிக் காட்டக் குறைந்தது ஒன்றரைமணி நேரமாயினும் கொடுக்கப்பட வேண்டும். அப்போதுதான் பாடகர் செவ்வையாகப் பாடி எல்லோரையும் மகிழ்விக்க முடியும். சில சமயங்களில் இராகம் தானம் பல்லவி பாடுதலாகிய இச்சிரமமான பணியை நமது இளம்புலவர்களுக்கும் வானொலி நிலையத்தார் கொடுத்துவிடுகின்றனர். அப்பணியை ஏற்றுக்கொண்ட இளைஞர்கள் அதை நிறைவேற்ற மிகவும் துன்பமடைகின்றார்கள். ஆகவே இளைஞர்களாயினும் தகுதியுள்ள வர்களைத் தெரிந்து கொடுப்பது நல்லது. மேலும் காலஞ்சென்ற இசைப்புலவர்களுடைய நாட்களை வானொலி நிலையத்தார்

கொண்டாடி வருதலும் வேண்டும். அது அப்புலவர்களைப் பற்றி எல்லோரும் தெரிந்து கொள்தற்கு உதவியாயிருக்கும்.

முற்காலத்தில் வேந்தர்களும், வள்ளல்களும் இசைவாணரை ஆதரித்தார்கள். நம்முடைய வாழ்நாளிலே இசைக் கலையை வளர்த்துவந்த மன்னர்களும் அரசியலில் நேர்ந்த நிலைமை காரணமாக அவ்வளவு ஆர்வங் காட்ட முடியவில்லை. ஆகவே நமது இசைக்கலை வளர்ச்சியுறுதற்கு நமது நாட்டை ஆளும் அரசாங்கமே முன் வரவேண்டும். அதற்குப் பல வழிகள் உண்டு. தகுதியுள்ள இசைப் பெரும்புலவர்களை ஆஸ்தானப் புலவராகத் தேர்ந்தெடுத்து அவர்களுக்கு நல்ல ஊதியம் வழங்கி வரலாம். இனி, சென்னை, அண்ணாமலைப் பல்கலைக் கழகங்கள் மத்திய அரசாங்கக் கருநாடகக் கல்லூரி, தமிழிசைச் சங்கம், இண்டியன் பைன் ஆர்ட்ஸ் சொசைட்டி ஆகிய பல இடங்களில் பல ஆண்டுகளில் பயின்று பட்டம் பெற்று வெளிவரும் இசைவாணர்கள் வேலை கிடைக்காமல் தவிக்கின்றனர். மற்றைய மொழித்துறை, கலைத்துறைகளில் பட்டம் பெற்றுவரும் வல்லவர்களுக்கு உயர்நிலைப் பள்ளிகள், கல்லூரிகள் ஆகியவற்றில் அவரவர் தகுதிக்கேற்ப வேலையும் ஊதியமும் கொடுத்தல்போல உயர்நிலைப் பள்ளி முதலான கல்வி நிலையங்களில் இசைவாணர்களுக்கும், இடந்தருதல் வேண்டும். பாடத்திட்டங்களில் இசைப் பயிற்சிக்கும் இடம் அமைத்து எல்லா மாணவர்களும் இசை பயின்று வரச் செய்தால் இசையறிவு நாட்டு மக்களிடம் நன்கு பரவும். இசைவாணர்களைப் பயன்படுத்திக் கொண்டதாகவும் ஆகும். இங்ஙனம் பள்ளிகளில் நடைபெற்று வரும் இசைப் பயிற்சியை மேற்பார்வை செய்வதற்குத் தகுதியான இசைப் புலவர்களை மாவட்டந்தோறும் செய்யலாம். இவற்றையெல்லாம் கூடிய நியமனம் விரைவில் நடத்தி வைக்கும்படி நாம் அரசாங்கத்தை. வேண்டிக்கொள்ள வேண்டும்.

நாகசுரம் என்பது சிறந்ததொரு இன்னிசைக் கருவி. வெளிநாட்டு நாகரிகங்களாலும் உள்நாட்டு அரசியற்குழப்பங்களாலும் பண்டைய நம் நாட்டு இசை சிதைவுறாதவாறு பாதுகாத்து வளர்த்து வந்த பெருமை இந்த, நாகசுரத்திற்கே உரியதென்று கூறினால் அது மிகையாகாது.

இராகத்தை எவ்வளவு நேரம் வேண்டுமானாலும் விரிவாகவும் விளக்கமாகவும் வாசித்து எல்லோரையும் பரவசப்படுத்தும் இயல்பு இந்நாகசுரத்திற்கு அமைந்திருப்பதுபோல் வேறு எந்த இசைக் கருவிக்கும் அமையவில்லை என்பது என் கருத்து. இது உத்தம இசைக் கருவிகளுட் சிறந்ததாக இருப்பதுபற்றியே தேவாலயங்களில் இன்றியமையாததொரு அங்கமாக நம் முன்னையோர் இக்கருவியை உபயோகித்து வந்துள்ளனர். மற்றைய கலைகட்கும் இசைக் கருவிகளுக்கும் இடந்தந்த பல்கலைக் கழகங்கள்கூட இவ்விசைக் கருவிக்கு இடம் தாராதிருப்பது ஒரு குறையாகவே தோன்றுகிறது. இக்குறை நீங்குமாறு கல்வி நிலையங்கள் தக்க மாணவர்களைத் தேர்ந்தெடுத்து இவ்விசைக் கருவிப் பயிற்சி தருவது மிக மிக நல்லதாகும்.

சில ஆண்டுகளுக்கு முன்பு ஒருவர் இசையரங்கில் இசை நிகழ்த்தும் போது "முந்தை வினையே வராமற் போக" என்ற திருப்புகழ் அடியை "முந்தை வினையே வராமர் போக" என, றகர வொற்றை, ரகர வொற்றாக எழுதிப் பாடஞ் செய்துகொண்டு, "முந்தை வினை யேவ ராமர் போக..." என்று பாடினார். இராமர் வனவாசம். செய்யப் போனார் என்ற கதையை மனத்திற் கொண்டு இவர் இவ்வாறு பாடுகிறார் என்பதைத் தெரிந்து கொண்டு அவரிடம் ஒன்றும் கேளாமல் விட்டுவிட்டேன். இதை எதற்காகக் கூறுகிறேனென்றால் இக்காலத்தில் யாரும் இசைப்பாட்டு இயற்றலாம், யாவரும் இசை யமைக்கலாம், எல்லோரும் இசையரங்கில் பாடலாம் என்ற மனப்பான்மை உண்டாகிவிட்டது. இவ்வாறு எளிமையாக அதனை எண்ணலாகாது. ஒருவர் எந்த மொழியில் பாட்டு எழுதினாலும் அவர் அந்த மொழியில் நல்ல புலமை பெற்றிருக்க வேண்டும். அத்துடன் இசையறிவு வாய்க்கப் பெற்றவராகவும் இருக்க வேண்டும். இசை வாணர்களும் பிழையின்றிப் பொருளுணர்ச்சியோடு பாடஞ்செய்து அவையிற் பாடவேண்டும் என்பதை மாணவர்களுக்கு அறிவுறுத்துவதற்காகவே கூறினேன்.

பாட்டுக்களில் வீரம், அச்சம், இரக்கம், வெகுளி, வியப்பு முதலான சுவைகள் அமைந்திருப்பதுபோலவே இராகங்களிலும் உண்டு வீரச்சுவையான கருத்தமைந்த பாட்டை அவலச் சுவை தரும்

இராகத்தில் இசையமைப்புச் செய்து பாடினால் அது விரசமாகவே யிருக்கும். இது கருதித்தான், திருவள்ளுவர் "பண்ணென்னாம் பாடற்கு இயைபின்றேல் கண்ணென்னாம் கண்ணோட்டம் இல்லாத கண்" என்று கூறுவாராயினர்.

மாணவர்களுக்கு மற்றொரு வேண்டுகோள். இசை பயிலுங்காலத்தில் உடற்குற்றங்கள் நேராவண்ணம் பயிலுதல் வேண்டும். அவையாவன "வயிறது குழிய வாங்கல் அழுமுகங் காட்டல் வாங்கும் செயிரறு புருவ மேறல் சிரம் நடுக்குறல் கண் ஆடல் பயிரறு மிடறு வீங்கல், பையென வாய் அங்காத்தல், எயிறது காட்டல் இன்ன உடற்றொழிற் குற்றம் என்ப" என்கிறார் பரஞ்சோதியார். அதாவது பாடும்போது வயிறு குழிவிழும்படி எக்குதல், முகத்தில் அழுவது போன்ற குறிப்புக் காட்டுதல், புருவத்தை உயர்த்தல், தலை நடுக்கம், கண் ஆட்டம், கழுத்து விம்முதல், பையைத் திறந்து காட்டுதல் போல வாயைத் திறத்தல் இவையெல்லாம் பாடும்போது உடலில் நிகழாமல் பார்த்துக் கொள்ள வேண்டும். இன்னும் எத்தனையோ சொல்லலாம். விரியுமாதலால் நிறுத்துகிறேன்.

நம் நாட்டு நுண்கலைகளுட் சிறந்தது இசை என்பது பற்றியும், இசையின் பெருமை, நம் நாட்டு இசையின் தொன்மை, சில இசை நிகழ்ச்சி பற்றிய காட்சிகள், இசைக் கருவிகளின் தோற்றம், அக்கருவிகளை நம் முன்னையோர் கையாண்ட விவரம், கருவிகளோடு இயைந்து பாடும் முறை, அரசாங்கத்தாரும், மடாதிபதிகளும், வானொலி நிலையத்தாரும் இசைக்கு ஆதரவு தர வேண்டிய முறை ஆகியவைபற்றியும் ஒருவாறு அறிந்தோம். இவ்வளவில் எனக்கு இச்சங்கத்தார் இட்ட கட்டளையை இயன்றவரை செய்து முடித்ததாக எண்ணிக்கொண்டு என் சிற்றுரையை முடித்துக் கொள்ளுகிறேன்.

இச்சங்கமும், இதன் வளர்ச்சியில் ஆர்வமுள்ள அன்பர்களும், நமது இன்னிசைக் கலையும் நீடுவாழ இறைவன் திருவருள் புரிவாராக என வேண்டிக்கொண்டு மீண்டும் எல்லார்க்கும் என் வணக்கத்தையும் நன்றியையும் தெரிவித்துக்கொள்ளுகிறேன்.

2. பண்டைக் கால இசை

பண்டைக் காலத்தே தமிழ் இயற்றமிழ், இசைத் தமிழ், நாடகத் தமிழ் என மூவகைப்பட்டிருந்தது. அவற்றுள், இயற்றமிழிற்கும், நாடகத்தமிழிற்கும் நடுவே இசைத் தமிழ் அமைவுற்றதிலிருந்தே இசைத்தமிழின் பெருமையை மிக உயர்ந்ததாக நாம் கருதலாம்.

இசை என்னும் சொல்லானது மக்களுடைய மனத்தை வயப்படுத்துவது, இசைவிப்பது என்னும் பொருளைத் தருகின்றது. இசை எந்த முறையில் மிகவும் இனிமையைக் கொடுக்கிறது என்பதையும், மக்களின் மனத்தை எந்த முறையில் வயப்படுத்துகிறது என்பதையும் ஆராய்வோம். இசையானது கற்றார், கல்லார், விலங்கினங்கள், பறவைகள், மரம் செடி கொடிகள் முதலான எல்லா உயிர்கட்கும் இன்பத்தைக் கொடுத்துத் தன்வயப்படுத்தும். எல்லாமக்களும் பிறப்பிலிருந்து இறப்புவரை இசையோடு இசைந்த வாழ்க்கையிலேதான் தமது வாழ்க்கைத் தோணியை நடத்திச் செல்கிறார்கள். மனிதனின் வாழ்க்கையில், இன்பமும், துன்பமும் அடுத்தடுத்து வந்து கொண்டே இருக்கின்றன. ஒருவனுக்குப் பெரிய அரசாங்கப்பதவி கிடைக்கும் போதும், நிறையப் பொருள் வருவாய் அதிகரிக்கும் போதும், தான் கற்ற கல்வியை உலகினர் புகழ்கிறார்கள் என்பதை உணரும் போதும் மட்டற்ற மகிழ்ச்சியை யடைகிறான். மகிழ்ச்சியினால் இசையை இசைத்துப் பாடத் தொடங்குகிறான். இன்பத்தின் முடிவு எதுவென்றால் இசையே என்று முடிவாகக் கூறலாம். மனம் வருந்தக் கூடிய வகையில் துன்பங்கள் வந்த காலத்திலும் இசையினாலேயேதான் மனத்தைத் தேற்றிக் கொள்ளுகிறான். அழுங் குழந்தைகள் தாலாட்டுப் பாட்டைக் கேட்ட பிறகேதான் தூங்குகின்றன.

ஏதோ தனக்குத் தெரியாத ஓர் இன்பமானது காதின் வழியே புகுவதனாற்றான் குழந்தைகள் தம்மை மறந்து தூங்குகின்றன. "குழலினிது யாழ் இனிது என்ப தம் மக்கள் மழலைச்சொற் கேளாதவர்" என்று பெரியோர் மொழிந்த துண்மைதான் என்று தாய் தந்தையர்கட்கு அறிவுறுத்தும் நிலையில், குழந்தைகள் தம்மழலைச் சொற்களை இசையுடன் கூடிய குதலை மொழியால் அள்ளி வீசுகின்றன. நாட்டு மக்கள் இசையில்லாமல் நன்மை தீமையான காரியங்களைச் செய்வதே கிடையாது. ஆண் பெண் இருவகையிலும் அவரவர்களுக்கேற்ற விளையாடல்களில் இசை இருந்து வருகிறது. பெண்கள் விளையாடும்போது கொற்றி, பிச்சி, சித்து, சிந்து, அம்மானை, பந்து, கழங்கு, உந்தி, தோள், வீச்சு, சாழல், தெள்ளேணம் முதலிய விளையாடல்களில் இசை இருந்து வருகின்றது. இசையுடன் கூடிய பாடல்களைப் பாடிக்கொண்டே தான் விளையாடுவார்கள். இன்னும் வேலைகளைச் செய்யும் பொழுதும், சாந்து இடிக்கும் போதும், நாற்றுகளை நடும்போதும், களை எடுக்கும் போதும், காடுகளில் தினைப்புனத்தில் நின்று கிளி யோட்டும் போதும் நாட்டுப் பாடல்களை இன்பத்துடன் இயைந்த இசையுடன் பாடிக் களிக்கிறார்கள்.

ஆண்கள் ஏற்றமிறைக்கும் போதும், ஓடந் தள்ளும் போதும், வயல்களில் வேலை செய்யும் போதும், வண்டி யோட்டும் போதும் நாட்டுப் பாடல்களில், இசையை அள்ளிவீசித் துன்பமான வேலையாயிருப்பினும், இன்பத்துடன் செய்கிறார்கள். வண்டியோட்டுபவன் நல்ல இசைப்பாடல்களைப் பாடினால் வண்டிமாடுகள் இசையில் மயங்கி இசை இன்பத்தை அனுபவித்துக் கொண்டே பல காத தூரங்கள் துன்பமின்றிச் செல்வதை நேரில் காண்கிறோம். பாம்பு பிடிப்பவன் "மகுடி" என்ற இசைக் கருவியினால் சில ஓசைகளை அமைத்து வாசித்தானானால் இசைக்கு மயங்கிப் பாம்பானது படமெடுத்தாடுவதையும் அவ்வோசைகளில் பெரிய ஓசைகளைக் கேட்கும்போது சீறுவதையும் காண்கிறோம். பாம்புக்குச் சிறிய செவியாயிருப்பதால் சிறிய இனிய ஓசையைத்தான் விரும்புகிறது. பேரோசையைக் கேட்பின் அதற்குச் சினமுண்டாகிறது. அசுணமா என்னும் பறவை இனிய இசையைக் கேட்குங் காலத்தில்

மிக மகிழ்ச்சியடையுமாம். அஃதல்லாமல் வேண்டாத இசையை அதாவது அபஸ்வரமான இசையைக் கேட்பின் மயக்கமுற்று மூர்ச்சையுற்று விழுந்து விடுமாம். இப் பறவைக்கு **"இசையறி பறவை"** என்றும் ஒரு பெயருண்டாம். வனத்திலுள்ள வேடுவர்கள் இப்பறவையைப் பிடித்துக் கொல்ல வேண்டுமென்றால் யாழ் வாசிப்பார்களாம். யாழின் இசையைக் கேட்டு வேடுவர்களிடம் இப்பறவை வரும்போது இதைப் பிடித்துக் கொள்வார்களாம். இச் செய்தியைச் சங்க இலக்கியங்களினால் அறியலாம்.

காடுகளிலுள்ள தேன் வண்டுகள் தங்களது ரீங்கார இசையைப் பரப்பி வட்டமிட்டுக் கொண்டே மலர்கள் மலருங்காலத்தில் மலரினுள்ளிருக்கும் தேனைப் பருகுகின்றன. கொன்றை முடிச் சடையாரின் அடித் தொண்டராகிய ஆனாயநாயனார் என்பவர் வங்கியம் என்று சொல்லப்பட்ட புல்லாங் குழலில் ஐந்தெழுத்தை முறையுடன் இசைத்தபோது, இசை வயப்பட்டுப் பசுக் கூட்டங்களெல்லாம் இசையைச் செவிமடுத்து நாயனாரின் அருகே வந்து நின்றன. கன்றுகளெல்லாம் பசுக்களிடத்தில் பாலுண்ணுவதை மறந்து நின்றன. ஆடுந் தொழிலைச் செய்கிற மயில்களெல்லாம் ஆடாமல் அயர்ந்தன. பறவைகள் எல்லாம் தமது உணர்வொழிந்தன. அரவமாகிய பாம்பும் மயிலும் ஒன்றாயிணங்கி நின்றன. மரங்கள் எல்லாம் அசையாவாயின. மேகங்கள் எல்லாம் மழை பெய்யாது நின்றன. இசையினாலன்றோ நாயனார் இசைத்த பொற்சபையில் நடஞ்செய்யும் ஐயனாகிய இறைவன் இறைவியுடன் நாயனாருக்குப் பிறவாப் பெருநெறி கொடுத்தருளினார். ஐம்புலன்களையும் அகத்தடக்கும் பெரியோர்கள் சித்தத்தை ஒரு நிலைப்படுத்த இசையைத்தான் விரும்புவார்கள் என்பதும் ஆன்றோர் கண்ட உண்மை.

இறைவனை இசை விரும்புங் கூத்தனென்றும், இசைக்கு ஆடும் பெருமான் என்றும், ஏழிசையாயும், இசைப்பயனாயும் உள்ளவன் என்றும், ஓசை ஒலியெலாம் ஆனாய் நீயே என்றும், பண்ணின் இசையாய் நின்றாய் என்றும், எம் இறை நல் வீணை வாசிக்கும் என்றும், நாதரூபமா நாதராகத் துறைவோனே என்றும், தமிழிசைப் பித்தனென்றும், இசையின்ப வெள்ளத்தை அள்ளி

உண்ட பேரறிவாளர்கள், சம்பந்தர், நாவுக்கரசர், சுந்தரர், மாணிக்கவாசகர், தமிழால் தம்மை வைதாரையும் வாழ்விக்கும் முருகனைத் துதித்த அருணகிரியார் திருப்பாணாழ்வார், திருநீலகண்டயாழ்ப்பாணர், பாணபத்திரர், முதலான ஏனையோர்களும் புகழ்ந்து பாடியிருக்கின்றனர். இறைவனை இசைவடிவமாகவே கண்டு நெக்கு நெக்குருகி நினைந்து நினைந்து அழுதும் தொழுதும் ஆடியும் இறைவனது புகழை இசைப்பாக்களாய் அமைந்த பாமாலையினாற் சூட்டிப் பேரின்ப வாழ்வை அடைந்துள்ளார்கள் என்றால் இசையின் பெருமையை யார்தான் அளவிடக்கூடும்!

இனி இசையின் கூறுகளைச் சிறிது கவனிப்போம். பண், பண்ணியம், திறம் திறத்திறம், ஆளத்தி முதலியவைகள் உண்டு. இவைகளில் பண்ணென்பது ஏழு ஸ்வரங்களையுடையது. பண்ணியம் ஆறு ஸ்வரங்களையுடையது, திறம் ஐந்து ஸ்வரங்களைக் கொண்டது. திறத்திறம் நான்கு ஸ்வரங்களைக் கொண்டது. ஆளத்தியென்பது தென்னா தென்னாவென இராகங்களை ஆலாபித்தல், அதாவது பாடுதலாம். தற்காலத்தில் இவைகள் சம்பூர்ணம்-ஷாடவம் - ஔடவம், ஸ்வராந்தம் என்று வழங்கி வருகின்றன. ஒளியில் ஏழு வகை உள்ளது போன்று ஒலியிலும் ஏழுவகைகள் அமைந்துள்ளன. இவ்வேழு ஒலிகளுக்கும் ஷட்ஜத்திற்குக் குரல் ரிஷபத்திற்கு துத்தம், காந்தாரத்திற்குக் கைக்கிளை, மத்திமத்திற்கு உழை, பஞ்சமத்திற்கு இளி, தைவதத்திற்கு விளரி, நிஷாதத்திற்குத் தாரம் என்று பண்டைய இசைப் பேராசிரியர்கள் பெயரிட்டிருக்கிறார்கள்.

மூலாதாரந்தொடங்கிய மூச்சைக்காலாற் கிளப்பிக் கருத்தால் இயக்கி ஒன்றெனத் தாக்கி இரண்டெனப் பகுத்துப் பண்ணீர்மைகள் பிறப்பித்த பாடல், இயலுக்கமைந்த மிடற்றுப் பாடல் என்றும், கருவிகளால் இசைக்கப்படுவதென்றும் இரணடு வகைப்படும். மிடற்றால் பாடப்படுவது நெஞ்சு, மிடறு, நாக்கு, மூக்கு, மேல்வாய், உதடு, பல், முதலான எட்டு உறுப்புகளின் துணையைக்கொண்டு பாடப்படுவது. மிடற்றுப் பாடலாவது, எடுத்தல்-படுத்தல்-மெலிதல்-கம்பிதம்-குடிலம்-ஒலி-உருட்டு-தாக்கு-ஆகியவை பொருந்தப்பாடுவது. இவற்றை இசைக்கருவிகளின் வாயிலாகவும் இசைக்கலாம். இசைக் கருவிகளில் முதன்மையாகக் கருதப்படுவது

புல்லாங்குழல்தான். ஏனெனில் காடுகளில் உள்ள மூங்கில் மரங்களில் வண்டுகள் துளைத்த துளைகளின் வழியே காற்று நுழையும்போது இன்பமான ஓர்ஓசை உண்டாகும். அதனைக் கேட்டபின்னரே தான் இவ்வாறு குழலையமைத்தார்கள் என்பது புலனாகின்றது. மூங்கிலால் செய்யப்பட்டதால் இதற்குப் புல்லாங்குழல் எனப் பெயரமைந்தது பொருத்தமென்றே தோன்றுகிறது. புல்லாங்குழல் தோன்றிய பின்னர்தான் யாழ், தண்ணுமை என்னும் கருவிகள் தோன்றின. இதனாலேதான் "குழலினிது யாழ் இனிது" என்று வள்ளுவரும் முறைப்படுத்தினார் போலும்!

இசை இலக்கணங்களைப்பற்றியும் இசைக்கருவிகளின் இலக்கணங்களைப்பற்றியும், சங்க காலப் புலவர்களாலும், பிற்காலப் புலவர்களாலும் இயற்றப் பெற்ற நூல்கள் பலவுள்ளன. இந்நூல்களில் பெருநாரை, பெருங்குருகு, பஞ்சபாரதீயம், இசை நுணுக்கம், பஞ்சமரபு, சிலப்பதிகாரம், சீவகசிந்தாமணி, கல்லாடம், பெரியபுராணம், திருவிளையாடற் புராணம் முதலான நூல்களிலும் பேராசிரியர்கள் இசையின் நுட்பங்களை ஆங்காங்கே கூறியிருப்பதோடு ஏற்ற இடங்களில் அவற்றை ஆண்டும் வந்திருக்கிறார்கள். தமிழிலே ஒப்பற்ற பாக்களாகச் சிலப்பதிகாரத்தில் நமக்குக் கிடைத்திருக்கும், கானல்வரி, வேட்டுவவரி, ஆய்ச்சியர் குரவை, ஊர்சூழ்வரி, குன்றக்குரவை, வாழ்த்துக்காதை என்று சொல்லப்பட்ட வரிப்பாடல்களும், தேவாரம், திருவாசகம், திருவிசைப்பா முதலிய இன்னிசைப் பாக்களும், இராம நாடகம், முத்துத்தாண்டவர் கீர்த்தனை, சர்வ சமய கீர்த்தனை, அச்சுததாசர் கீர்த்தனை, பராங்குசர் கீர்த்தனை, குறவஞ்சி, பள்ளு, சிந்து இவைபோன்ற இசைப்பாக்களுமாகிய எல்லாம் அன்றும் இன்றும் என்றும் மாபெரும் இசையரண்களாகச் சிறப்புடனிருந்து வருவது மக்கள் செய்த பெரும் பேறே யாகும்.

இனித் தமிழ் இசைப்பாக்களின் உயர்வைப் பற்றிச் சிறிது ஆராய்வோம். 'பண்ணிடைத் தமிழ் ஒப்பாய்' என்பது திருக்குருகாவூர் தலத்தின்கண் எழுந்தருளியிருக்கின்ற பெருமானை, சுந்தரமூர்த்திகள் பாடிய தேவாரத்தில் காணக்கிடைக்கின்றது. பண்ணென்றால் இராகம். இராகமும் தமிழும் ஒன்றுபடும்போது தமிழிசையில்

இறைவன் இரண்டறக் கலக்கின்றா னென்பது முன்னோர் துணிபு. திருக்கோலக்கா என்னும் தலத்தில் திருஞானசம்பந்தப் பிள்ளையார் இவ்விசையுடன் தமிழைப் பரப்பியதால் உலகத்தைக் காக்கும் தாயாகிய அம்மை பொற்றாளத்திற்கு ஓசையைக் கொடுத்தாள். புறச்சமயத்திலுள்ளவர்கள் நாவுக்கரசர்பால் சினங்கொண்டு கொலையானையை ஏவினர் நாவுக்கரசரைக் கொல்ல. யானையானது மலைபோல் புறப்பட்டு மண்டபங்களையெல்லாம் இடித்துக்கொண்டு எமனே யானையுருவத்தில் வந்தாற்போல் நாவுக்கரசரைக் கொல்ல வந்தது. நாவுக்கரசர், திருக்கெடில வீரட்டானரைத் துதித்துச் சுண்ண வெண்சந்தச் சாந்தும் என்ற பதிகத்தின் இறுதியில் அஞ்சுவது யாதொன்றுமில்லை. அஞ்சவருவதுமில்லை என்று தண்டமிழ்ப் பாமாலையைப் பொழிந்தார். யானையானது இப்பாமாலையைக் கேட்டவுடன் நாவுக்கரசரை வலஞ்செய்து வணங்கிச் சென்றது. இன்னும் இவைபோன்ற நிகழ்ச்சிகள் பற்பல நடைபெற்றிருப்பதாகப் பலநூல்களின் வாயிலாகத் தெரிகிறது. வடலூர் இராமலிங்க வள்ளலார், மாணிக்க வாசகப் பெருந்தகையாரின் திருவாசகத்தைப் புகழ்கின்ற அவ்விரண்டு பாடல்களையும் பாருங்கள்.

"வாட்டமிலா மாணிக்க வாசகநின் வாசகத்தைக்
கேட்ட பொழு தங்கிருந்த கீழ்ப்பறவைச் சாதிகளும்
வேட்ட முறும் பொல்லா விலங்குகளும் மெய்ஞ்ஞான
நாட்ட முறும் என்னில் நானடைதல் வியப்பன்றே"

"வான்கலந்த மாணிக்க வாசக நின் வாசத்தை
நான்கலந்து பாடுங்கால் நற்கருப்பஞ் சாற்றினிலே
தேன்கலந்து பால்கலந்து செழுங்கனித் தீஞ்சுவைகலந்தென்
ஊன்கலந்து உயிர்கலந்து உவட்டாம லினிப்பதுவே,"

என்று உள்ளுருகித் தமிழிசையைப் பருகிப் பேரானந்த மடைந்திருக்கிறார் அடிகள். கீதத்தை மிகப்பாடும் அடியார்களும் பண்ணொன்ற இசை பாடும் இசையாளர்களும் தமிழிசையைப் போற்றி விதந்தோதியிருப்பதால் அதன் பெருமையை நாம் ஒருவாறு உணரலாம். இத்தகைய பண்டைத் தமிழிசையானது ஒல்காப் புகழுடன் பல்காலமும் ஒளி பெற்றுத் திகழ இறையை இறைஞ்சுகின்றேன்.

3. இடைக்கால இசை

தெய்விக இசை வளர்ந்த காலமாகிய இடைக்கால இசையைப் பற்றிப் பேசப் புகுமுன் அதற்கு மூலகாரணமாக விருந்த முதற்கால இசையைப் பற்றியும் சிறிது கூறுதல் இன்றியமையாத தென்று கருதுகின்றேன்.

குறிஞ்சி, முல்லை, பாலை, மருதம், நெய்தல் ஆகியவை பண்டைத் தமிழ்நாட்டின் பாகுபாடுகளாகும். குறவர், ஆயர், எயினர், உழவர், பரதவர் எனப்படும் அவ்வந்நில மக்கள் நிலத்திற் கேற்றவாறு தொழிலையும் பழக்க வழக்கங்களையும் மேற்கொண்டு வாழ்ந்தனர். உணவு வகைகளும் நிலத்திற்கேற்றவாறு வேறுபட்டிருந்தன. மணமுறை நிலத்திற்கேற்றவாறு வேறுபட்டிருந்தது. மனவுணர்ச்சியை இனிய முறையில் வெளிப்படுத்தும் இசையும் தோன்றலாயிற்று. இதற்குத் துணைக் கருவிகளும் பல தோன்றத் தொடங்கின. குறிஞ்சி நிலத்து வாழ்ந்தோர் குறிஞ்சிப் பண்ணைப் பாடி மகிழ்ந்தனர். முல்லை நிலத்து வாழ்ந்த ஆயர் தாம் பாடிய இசைக்கு முல்லைப் பண் அல்லது சாதாரிப் பண் எனப் பெயரிட்டனர். மருதநிலத்தோர் பாடி மகிழ்ந்த பண் மருதப் பண்ணே. செவ்வழிப் பண் அல்லது நெய்தற் பண்ணைப் பாடி யின்புற்றார்கள். நெய்தல் நிலத்தார். பாலை நிலத்தோர்க்குரியதாக அமைந்தது பாலைப் பண். இவ்வாறு ஐவகை நிலத்தாரும், தம் மனவுணர்வைத் தாம் வாழ்ந்த நிலத்திற்கேற்றவாறு வெளிப்படுத்த ஐவகைப் பண்களைக் கண்டார்கள். மனிதன் மலையையும், கடலையும், மற்றவற்றையும் சார்ந்து வாழ்ந்த காலம் மிகப் பழைய காலமென்பதை நாம் நினைவிற் கொள்ளுதல் வேண்டும்.

அவ்வாறு தமிழ் மக்கள் வாழ்ந்த காலத்தில் கண்ட பண்கள் தாம் குறிஞ்சிப் பண், பாலைப் பண், மருதப் பண், முல்லைப் பண், நெய்தற் பண் எனப்படுவன. இவ்வைந்துமே ஆதிப் பண்களாகும்.

இவற்றினின்று கிளைத்தவையே இன்று நாம் காணும் தமிழ்ப் பண்களனைத்தும். இந்தப் பண்ணினின்றுந் தோன்றியவை இவை இவையென்று இன்று நம்மால் அறியக் கூடவில்லை. அந்தப் பாகுபாடு நமக்குத் தெரியுமாயின் பண்ணறிந்து பாடுதல் எளிதாக முடியும். பத்துப் பாட்டு முதலிய சங்க நூல்களிலே பேசப்படும் பண்களைப் பெயரளவில்தான் அறிகின்றோம். அவற்றைப் பாடும் முறையையும் அவற்றிற்குரிய பாட்டுகளையும் நம்மால் அறிய முடியவில்லை. வியாழக் குறிஞ்சி, மேகராகக் குறிஞ்சி முதலியன குறிஞ்சிப் பண்ணின் வகையோ வென்று கருத வேண்டியிருக்கிறது. இவ்வகையில் இசைவாணர்களின் ஆராய்ச்சியும் உழைப்பும் மிகுதியும் தேவைப்படுகிறது.

பண்களைத் தோற்றுவித்தது போலவே ஐவகை நிலத்து வாழ்ந்தோரும் இசைக் கருவிகளையும் தோற்றுவித்தார்கள். குறிஞ்சி நிலத்து வாழ்ந்தோர் யாமயாழினையும் தொண்டகப் பறையினையும் கண்டார்கள். முல்லை நிலத்தோர் முல்லை யாழினையும் ஏறுகோட் பறையினையும் மேற்கொண்டார்கள். மருத யாழும் மணமுழவும் மருத நிலத்திற்குரியவாயின. விளரி யாழினையும், மீன் கோட் பறையினையும் நெய்தல் நிலத்தோர் கொண்டார்கள். பாலை நிலத்தோர் பாலையாழினையும் நிரைகோட் பறையினையும் பெற்றார்கள். இவையே ஆதிகால யாழ் வகைகளும் பறை வகைகளுமாம். இவற்றினின்றுங் கிளைத் தெழுந்து வளர்ந்தனவே இன்று நாம் காணும் இசைக்கருவிகளனைத்தும். இவை கண்டது மட்டுமன்றிப் பண்கள் பாடப்படுவதற்குரிய காலத்தையும் அவர்கள் கண்டறிந்தார்கள். குறிஞ்சிப் பண் பாடுதற்குரிய நேரம் யாமம் என்பதும், பாலைப் பண் பாடுதற்குரிய நேரம் நண்பகல், என்பதும் சாதாரிப் பண் பாடுவற்குரிய காலம் மாலையென்பதும், விளரிப் பண்ணிற்குப் பொருந்திய நேரம் ஏற்பாடு என்பதும், மருதப் பண்ணிற்குரிய நேரம் விடியல் என்பதும் அவர்கள் கண்டனவே.

இவ்வாறு பண்களைக் கண்டு அவற்றிற்குரிய இசைக் கருவிகளுடன் உரிய காலங்களில் அவற்றைப் பாடி இசையின்பம் பெற்று மகிழ்ந்தார்கள் நம் முன்னோர். இவற்றிற் பிறழ்தலின்றிப் பாடுதலையும் அவர்கள் பெருங்கடனாகக் கொண்டார்கள்.

பத்துப்பாட்டுகளுள் ஒன்றாகிய மலைபடுகடாத்தில் பெருங்கௌசிகனார் கூத்தன் ஒருவனை ஆற்றுப்படுத்தும்பொழுது, "நறுங்கார் அடுக்கத்துக் குறிஞ்சி பாடி" யெனவும், "மருதம் பண்ணி யசையினிர் கழிமின்" எனவும், குறிஞ்சி நிலத்தில் குறிஞ்சிப் பண்ணையும் மருத நிலத்தில் மருதப்பண்ணையும் பாடிக்கொண்டு போகுமாறு அறிவுறுத்துவதும் இங்கு நினைவு கூர்தற்குரிய தொன்றாகும்.

இங்ஙனம் பாடுதல் தொழிலையே தம் தொழிலாகக் கொண்டு வாழ்ந்தவர்கள் பாணன், பாடினி யெனப்பட்டார்கள். அவர்கள் அரசர்களையும் வள்ளல்களையுமடைந்து தம் திறங்காட்டிப் பரிசில் பெற்று வாழ்ந்தார்கள். அரசர்களும் வள்ளல்களும் பாணர்களைப் பெரிதும் ஆதரித்தார்கள். அரசர்களுக்கும் பாணர்களுக்கும் நல்லுறவு ஏற்பட்டிருந்தது. இயற்புலவர்கள் தாம் அரசர்களைப் பற்றியோ வள்ளல்களைப் பற்றியோ பாடுவதாக இருந்தால் பாணன் கூற்றாகவோ பாடினி கூற்றாகவோ, பாணனை ஆற்றுப்படுத்துவதாகவோ, விறலியை ஆற்றுப்படுத்துவதாகவோ, பாடும் முறையை மேற்கொண்டிருந்தார்கள். தம்மைப் பாணனாகவும் பாடினியாகவும் படைத்துக் கொண்டு பாடியதற்குரிய காரணங்கள்: பண்டைப் புரவலர்க்கும், பாணர்க்கும் ஏற்பட்டிருந்த நல்லுறவும் பெரு மதிப்புமேயாகும். ஆகவேதான் இயற் புலவர்கள் இவ்வாறு தம்மைப் பாணனாகவும் பாடினியாகவும் படைத்துக்கொண்டு செய்யுள் இயற்றினார்கள்.

இயற்றமிழின் பொற்காலம் சங்ககாலம் எனப்படும். இசைத் தமிழுக்கும் பொற்காலம் அதுவேயாதலை நாம் அறிதல் வேண்டும். முதல், இடை, கடைச் சங்கங்கள் முத்தமிழையும் வளர்த்தன. அகத்தியர் இயல் இசை நாடகம் ஆகிய முத்தமிழ்க்கும் இலக்கணம் வகுத்தாரெனக் கேட்கின்றோம். இசை நூல்கள் எண்ணற்றன தோன்றின அச்சங்கங்களில். ஔவையார் விநாயகரைப் பாலும் தெளிதேனும் பாகும் பருப்பும் இவை நாலும் கலந்துனக்கு நான் தருவேன், நீ எனக்குச் சங்கத் தமிழ் மூன்றுந் தா வெனக் கேட்கின்றார். இசையினையும் சங்கத்தார் வளர்த்தார்கள் என்பதனை இதனின்றும் நாம் அறியலாமல்லவா? இயற்றமிழை வளர்ப்பதற்குச் சங்கம்

இருந்தது போன்றே இசைத் தமிழை வளர்க்கச் சங்கம் இருந்தது என்று கூறுவோருமுண்டு. திருக்கோவையாருள் வரும் பாட்டினை அவர்கள் மேற்கோளாகக் காட்டுவர். நினது உடல் இங்ஙனம் இளைத்துப் போகக் காரணம் என்னவெனத் தோழன் தலைவனைக் கேட்பதாக வரும். துறைப்பாட்டு அது:-

சிறைவான் புனல்தில்லைச் சிற்றம்பலத்து மென்சிந்தையுள்ளும்
உறைவான் உயர்மதிற் கூடலினாய்ந்த வொண்தீந்தமிழின்
துறைவாய் நுழைந்தனையோவன்றி ஏழிசைச் சூழல்புக்கோ
இறைவாதடவரைத் தோட்கு என்கொலாம் புகுந்தெய்தியதே.

தமிழின் அகத்துறை புறத்துறைகளை ஆய்ந்து கற்கப் புகுந்தாயோ, ஏழிசைச் சூழலை யெய்தினாயோ நினது உடல் இங்ஙனம் இளைத்திருக்கக் காரணமென்னவென்று பாங்கன் தலைவனைக் கேட்டதாக மணிவாசகனார் பாடியிருக்கின்றார். இதனுள் ஏழிசையெனக் குறிக்கப்படுவது இசையேயாகும். சூழல் எனப்படுவது சங்கமேயாகும். இயலை வளர்த்தது போன்றே இசைக்கும் தனிச் சங்கம் வைத்து வளர்த்தார்கள் பாண்டியர்கள் எனக் கூறுவார்கள்.

இக்கருத்தினை வலியுறுத்துவது போன்று காணப்படுகின்றன நள வெண்பாவிற் காணப்படும் நல்லதொரு செய்யுள். சுயம்வரம் நடைபெறுகின்றது. தமையந்திக்கு அருகிலிருந்த தோழி, அரசர்கள் ஒவ்வொருவரையும் அறிமுகப்படுத்திக்கொண்டு வருகின்றாள். பாண்டியனை அவள் அறிமுகப்படுத்தும் பொழுது,

ஆழி வடிம்பலம்ப நின்றானும் அன்றொருகால்
ஏழிசைநூற் சங்கத் திருந்தானும்- நீள்விசும்பில்
நற்றேவர் தூது நடந்தானும் பாரதப்போர்
செற்றானும் கண்டாய் இச் சேய்,

என அறிமுகப்படுத்துகின்றாள். ஏழிசை நூற் சங்கத்திருந்தான் பாண்டியன் என அறிமுகப்படுத்துவதை நாம் ஆராய்தல் வேண்டும். இசைத் தமிழ் வளர்ச்சிக்குச் சங்கம் இருந்த தென்பதும், அதனையும் பாண்டியர்களே ஆதரித்தார்களென்பதும் இதிலிருந்து நாம் அறியக்கூடிய செய்திகளாம். சிகண்டியார் என்பவர் தொல்காப்பியர்

காலத்து வாழ்ந்தவர். அவரால் இயற்றப்பட்டது இசை நுணுக்கம் என்பதாகும். இந்திர காவியம், பஞ்ச மரபு, செயிற்றியம் போன்ற இசை நூல்களும் சங்ககாலத்தேதான் தோன்றின. ஏரணம் முதலிய நூல்களின் பெயரைக் கூறி அவையனைத்தும் "வாரணம் கொண்டது அந்தோ வழி வழிப் பெயரு மாள" வென்று வருந்துகின்றார் ஒரு புலவர். அவர் கூறும் நூல்களுள் பல இசை நூல்களாக இருக்கலாமெனத் தோன்றுகின்றது. இயலிலும், இசையிலும் வல்ல புலவர்கள் பலர் சங்கத்திருந்தார்களென அறிகின்றோம். அவர்களால் விடப்பட்ட அங்கொன்றும் இங்கொன்றுமாகக் கிடைக்கின்ற செய்யுட்களே அதற்குச் சான்றாக விருக்கின்றன.

எனவே முதல், இடை, கடைச் சங்கங்களில் முத்தமிழிலும் வல்ல புலவர்கள் ஒருங்கிருந்து முத்தமிழையும் வளர்த்தார்களென்பதும், இசைத்தமிழில் நூல்கள் எண்ணற்று எழுந்தனவென்பதும், சங்க காலம் இசைக்குப் பொற்காலமாக இலங்கிற்றென்பதும் அறியப்படும்.

கடைச் சங்க காலத்தை யடுத்து எழுந்தது எனக் கருதப்படும் சிலப்பதிகாரமும் முத்தமிழ்க் காப்பியமாகவே காணப்படுகின்றது. இசையாசிரியரின் அமைதி, தண்ணுமையாசிரியரின் அமைதி, குழலாசிரியரின் அமைதி, யாழாசிரியன் அமைதி, அரங்கின் அமைதி முதலியன கூறும் அரங்கேற்று காதை இசைக்கு இலக்கணங் கூறுங்காதையாக அமைந்திருக்கின்றது. கானல் வரியும், ஆய்ச்சியர் குரவையும், வாழ்த்துக் காதையும் அவ்விலக்கணங் கட்கேற்ற இலக்கியங்களாகக் காட்சியளிக்கின்றன. சிறப்பாக வரிப்பாடல்கள் நிரம்ப மேற்கொள்ளப்பட்டிருக்கின்றன அடிகளால். வரிப் பாட்டுகள். திணைநிலை வரி, கிணை நிலை வரி, முகமுடைவரி, முகமில்வரி, படைப்புவரியெனப் பல வகைப்படுமென்பர். அவையனைத்தும் இந்நூலுள் சிறப்பாகக் காணப்படுகின்றன.

கானல்வரி முதலியன திணை நிலை வரியின்பாற்படும். ஆற்றுவரி, ஊர்வரி முதலியன கானல் வரியின் பிரிவுகளே. இவையனைத்தையும் அடிகளார் சிறப்புறக் கையாண்டிருக்கின்றார், தம் நூலுள். ஒன்றினை முன்னிலைப்படுத்தித் தம் கருத்தினைக்

கூறுவதை முகமுடைவரி யென்பர். காவிரியை முன்னிலைப் படுத்தித் தன் கருத்தைக் கோவலன் கூறியதாக இளங்கோவடிகளார் கூறும் திறம் மகிழ்தற்குரிய தொன்றாம்.

திங்கள்மாலை வெண்குடையான் சென்னிசெங்கோலது வோச்சிக்
கங்கை தன்னைப் புணர்ந்தாலும் புலவாய்வாழி காவேரி
கங்கை தன்னைப் புணர்ந்தாலும் புலவாதொழிதல்
கயற்கண்ணாய்
மங்கை மாதர்பெருங்கற்பென்று அறிந்தேன் வாழிகாவேரி.

என்பது முகமுடை வரிக்கு எடுத்துக்காட்டாகும்.

சிலம்பினை யடுத்தும் அதேகாலத்தும் தோன்றிய நூல்களுள்ளும் இசையின் பெருமையை ஆசிரியர்கள் விளக்கியிருக்கிறார்கள். உதயணனுடைய வரலாற்றைக் கூறுவதாகிய பெருங்கதை யென்னும் பெருநூலில் உதயணனை இசையின் வடிவமாகக் காட்டியிருக்கும் திறம் அறிந்து மகிழ்தற்குரியதாம். அஃறிணைப் பொருளாகிய யானையையும் தனது இசைத் திறத்தால் தன்வயப் படுத்தித் தனது ஏவல் செய்யுமாறு ஆக்கிக்கொண்டான் உதயணன் என்பது பெருங்கதையுள் விரிவாக விளக்கப்பட்டுள்ளது.

திருத்தக்க தேவர் இயற்றிய சிந்தாமணியுள்ளும் இசைத்திறம் சிறப்பாகப் பாடப்பட்டிருக்கின்றது. காந்தருவதத்தையார் பாடிய முறை, பின் வருவோர் அனைவருக்கும் வழிகாட்டியாக இருக்குமாறு அதனுள் ஆசிரியரால் காட்டப்பட்டிருக்கின்றது.

இவ்வாறு காப்பியம் பாடிய புலவர்களனைவரும் இசைத் தமிழை வளர்த்தலும் தம் கடனெனக் கருதிப் போற்றினார்கள். இவையனைத்தும் கி. பி. மூன்று அல்லது நான்காம் நூற்றாண்டு வரை இசைத் தமிழ் வளர்ந்த வரலாற்று விளக்கங்களே.

தமிழக வரலாற்றுள் கி. பி. நான்காம் நூற்றாண்டிலிருந்து ஏழாம் நூற்றாண்டு வரையுள்ள இடைப்பட்ட அக்காலத்து காலத்தை இருண்ட காலம் என்பர். ஆண்ட அரசர்களைப் பற்றியோ, வள்ளல்களைப் பற்றியோ வாழ்ந்த மக்களைப் பற்றியோ யாதொன்றும் அறியப்பட்டிலது. ஆகவே அக்காலத்திய இசை வளர்ச்சியைப் பற்றி யறிந்து கொள்ளவும் இயலவில்லை.

கி. பி. ஏழாவது நூற்றாண்டிலிருந்து, பதின்மூன்றாம் நூற்றாண்டுவரை தெய்விக இசை தமிழகத்தில் தோன்றிச் செழிப்புற்றிருந்தது. இக்காலத்தின் முற்பகுதியைத் தெய்விக இசைத் தோற்றத்தின் காலமாகவும், பிற்பகுதியை அதன் வளர்ச்சிக்குரிய காலமாகவும் கொள்ள வேண்டும். ஏழாம் நூற்றாண்டிலிருந்து பத்தாம் நூற்றாண்டுவரை நாயன்மார்களும், ஆழ்வார்களும் தோன்றி நாளும் இன்னிசையால் நற்றமிழ் பரப்பினார்கள். பத்தாம் நூற்றாண்டிலிருந்து பதின்மூன்று அல்லது. பதினான்காம் நூற்றாண்டுவரை சோழ வரசர்கள் சிவநெறிச் செல்வராயிருந்து தேவாரங்களை நாடு முழுதும் பரப்பினார்கள்

இடைக்காலத்தில் தோன்றிய அடியவர்கள் அனைவரும் இன்னிசையால், இனிய தமிழைப் பரப்பினார்கள். இன்னிசையோடு பாடல்களைப் பாட வேண்டிய சூழ்நிலை அன்றிருந்ததென அறியக் கிடக்கின்றது. இசையில் மக்கள் பெருவிருப்பமுடையவர்களாக அன்றிருந்தமையால் அதனையே கருவியாகக் கொண்டார்கள் அடியார்கள் என்று கொள்ளல் தகும். அவ்வாறாயின் இருண்டகால மெனப்படும் காலத்திலும் இசை தடையேதுமின்றி வளர்ந்து வந்தது என்று கொள்ளல் வேண்டும். இசையே மக்கள் இன்பமதென்றறியா திருந்த காரணத்தினால்தான் அதனையே கருவியாகக் கொண்டு அடியார்கள் தம் கருத்தைப் பரப்பினார்கள் என்றுங் கொள்ளல்தகும். மக்கள் உள்ளத்தைப் பெரிதும் எது எவ்வாறாயினும் மக்கள் கவர்வது இசையென்பதை யுணர்ந்து அதனைக் கருவியாகக் கொண்டார்கள் அடியவர்கள் அனைவரும் என்பது மட்டும் உறுதியாக அறியக் கிடக்கின்றது. சமணம் போன்ற பிற சமயங் களினின்றும் மக்களை விடுவிக்க அடியார்கள் முயன்றார்களாதலின், அனைவருள்ளத்தையும் கொள்ளை கொள்ளும் இசையே அம்முயற்சி முற்றுப் பெறுதற்கேற்ற கருவியென்றும் அடியார்கள் கருதியிருக்கலாம். எனவே இயற்றமிழும் இசைத்தமிழும் அடியார்களால் பரப்பப்பட்ட காலம் இதுவேயாகும்.

மக்களின் உள்ளத்துறும் உணர்ச்சிகளை மட்டும். வெளியிட்டு வந்த இசை- அகப்பாட்டாக மட்டும் இருந்த. இசை தெய்வத்தைப் பற்றிய கருத்துகளையும் வெளியிடுவதற்குரியதாக ஆயிற்று.

அடியவர்கள் தெய்விக இசையாக அதனை மாற்றியமைத்தார்கள். இசை வளர்ச்சியில் இக்காலம் சிறந்ததொரு காலமாக விருந்தது. பாடப்படுகின்ற பொருளில் மாற்றங் கண்டார்கள் அடியவர்கள். காதலுணர்வைப் பற்றி மட்டும் விளக்கிய இசை கடவுள் உணர்வையும் விளக்கும் இசையாக மாறிற்று. சிலவிடங்களில் முன்னோர் கொண்ட முறையையும் விடாது, தன்னைத் தலைவியாகவும் இறைவனைத் தலைவனாகவும் கொண்டு அடியவர்கள் இன்னிசை பாடி மகிழ்ந்து மிருக்கின்றார்கள். வண்டு, கிளி முதலியவற்றைத் தாம் இறைவன்பால் தூது விடுவதாக அடியவர்கள் பாடியிருக்கும் பாடல்கள் அதற்கு எடுத்துக் காட்டாக அமையும்.

அடியவர்களனைவரும் ஓரிடத்திலிருந்தரின்றி நாடு முழுவதுமிருந்த தலங்களைத்திற்குஞ் சென்று இறைவனை இன்னிசை பாடித் துதித்து மகிழ்ந்தனர். அடியார்கள் கூட்டம் தம்மைச் சூழ்த்து வர ஊர்தோறும் சென்று இறைவனை இன்னிசையால் பாடி மகிழ்ந்தார்களாதலால் மக்களனைவரும் அவர்கள் நெறியிற் சேர்ந்ததன்றி இசை யுணர்ச்சியுடைவர்களாகவும் ஆயினர். இம்முறையில் அடியவர்கள் தாம் வாழ்ந்த காலத்தில் அனைவர்க்கும் இசையறிவு உண்டாகும் வகையிலும் பெருந்தொண்டு செய்திருக்கின்றார்கள்,

தேவாரப் பாடல்கள் இடைக்காலத்தில் தோன்றிய இன்னிசை மலர்களால், "நாளும் இன்னிசையால் நற்றமிழ் பரப்பும் ஞான சம்பந்தன்" எனச் சிறப்பிக்கப் பட்ட ஆசிரியர் தேவார மூவர்களில் தலை சிறந்தவராவர். சூலை நோயால் துடிப்புற்ற பொழுது நாவுக்கரசர் தாம் செய்து வந்த தொண்டினைச் சொல்லுகின்றார்

" தமிழோடு இசை பாடல் மறந்தறியேன்"

என்று இவர் தேவார ஆசிரியர்களிலே இரண்டாவது வைத்து எண்ணத்தக்கவர், தம்பிரான் தோழராகிய சுந்தரமூர்த்தியும் தேவார ஆசிரியரேயாவர். இம்மூவரும் இடைக் காலத்தில்- இசை வளர்ச்சி குன்றிய காலத்தில் இன்னிசை பாடி இசைத் தமிழை வளர்த்தார்கள்.

இவர்களுடைய பாடல்களிலே வரும் பண்கள் பலவாம். நட்ட பாடை, தக்கராகம், பழந்தக்கராகம், தக்கேசி, குறிஞ்சி, வியாழக் குறிஞ்சி, மேகராகக் குறிஞ்சி, யாழ்முரி, இந்தளம், சீகாமரம், காந்தாரம், செவ்வழி, காந்தார பஞ்சமம், கொல்லி, சாதாரி முதலியன இவர்களுடைய பாடல்களில் பயின்று வந்திருக்கின்றன. இவையேயன்றித் திரு நேரிசை, திருவிருத்தம், திருக்குறுந்தொகை, திருத்தாண்டகம் முதலியனவும் இருக்கின்றன. இவை யனைத்தும் இன்று வழங்குகின்ற இசையுள் எப்பண்களை யொத்திருக்கின்றன வென்பதனை யறிந்தால் அவற்றை அம்முறையோடு பாடமுடியும். பண்டைத் தமிழ்ப் பண்கள் இன்று வழக்கி லில்லாமையால் அவற்றை இன்று வழங்கும் பண்களோடே ஒப்பிட்டு அறிய வேண்டியிருக்கின்றது.

வள்ளல் இராஜா. சர். அண்ணாமலைச் செட்டியார் அவர்களாலும் அவரின் திருமகனாராகிய உயர் திரு இராஜா. சர். முத்தையா செட்டியார் அவர்களாலும் தோற்றுவிக்கப் பெற்று வளர்ந்து வருகின்ற சென்னைத் தமிழிசைச் சங்கத்திலும், அண்ணாமலைப் பல்கலைக் கழகத்திலும் இப்பெருந்தொண்டு நடைபெற்று வருவது பாராட்டுதற்குரியது. அத்தொண்டு மேலும் மேலும் வளரத் தேவாரப் பண்களின் இயல்பை யுள்ளபடி யறிந்து அனைவரும் ஓதி மகிழும் நாள் விரைவில் வந்தெய்துமாக.

சம்பந்தர், நாவுக்கரசர், சுந்தரர் ஆகிய மூவரே யன்றி மணிவாசகனாரும் இசைக்குப் பெருந்தொண்டு புரிந்தாரென்பதை நாம் இங்கு உணர வேண்டும். திருவெம்பாவைப்பாட்டு அம்மானைப் பாட்டு, கோத்தும்பிப் பாட்டு, தெள்ளேணப் பாட்டு, பூவல்லிப் பாட்டு, ஊசற் பாட்டு, குயிற் பாட்டு முதலியனவும் இசைக்கு உரிய பாட்டுகளேயாம். இவற்றையும் அவற்றைப் பாடுமியல் பறிந்து பாடி மகிழ்தல் நம் கடனாம்.

சைவ அடியவர்களேயன்றி வைணவ அடியவர்களும் இம்முறையை மேற்கொண்டு இறைவனைத் துதித்தனர். நம்மாழ்வார் பக்தியிலே யன்றிப் பண்களையமைத்துப் பாடுதலிலும் சிறந்தவராய் விளங்கினார். பழந்தமிழ்ப் பண்களும் பழைய இலக்கணத்திற் கேற்ற

தாளமும் அவருடைய பாசுரங்களில் அமைந்திருப்பதை யறியலாம். வைணவப் பெரியார்கள் அதனைத்தேவகானம் எனப் பாராட்டுவர். தேவாரத்திற் காணப்படும் தக்க ராகம், காந்தாரம், நட்டபாடை, இந்தளம் முதலிய பண்கள் திருவாய் மொழியிலும் காணப்படுகின்றன. தேவாரத்திற் காணப்படாத பண்கள் சிலவும் இதனுள் காணப்படுகின்றன. அவை செருந்தி, முதிர்ந்த விந்தளம் வியந்தம், நாட்டம், முதலியனவாம்.

பாணர் குலத்திற் பிறந்து பரந்தாமனுடைய அழகைப் பாதாதிகேசமாக வருணித்து இசையின் பெருமையை எல்லோருமறியச் செய்த திருப்பாணாழ்வாரின் வரலாற்றை யறியாதார் யார் ?

இங்ஙனம் நாயன்மார்களும் ஆழ்வார்களும் இடைக் காலத்தில் தோன்றிச் சைவ வைணவங்களை வளர்த்த தோடன்றி, இசையையும் வளர்த்தார்கள் என்பது இது காறுங் கூறியவற்றால் அறியப்படும்.

தோன்றிய இன்னிசைப் பாடல்களை நாடு முழுவதும் பரவச் செய்த பெருமை சோழர்களையே சாரும். சோழர்கள் ஆட்சியினால் தமிழகம் அடைந்த நன்மை சொல்லுந் தரத்ததன்று. அரசியல் அமைப்பிலே, பிற நாட்டாரோடு செய்த வணிகத்திலே, வீரத்திலே, கலை வளர்ச்சியிலே, பிறவற்றிலே தன்னிகரற்று விளங்கிய காலம் சோழர் காலமே யாகும். மண்ணாலும் செங்கல்லாலும் இருந்த கோயில்களைக் கருங்கற் கோவில்களாகச் செய்த பெருமை சோழர்களையே சாரும். இறைவன் உறையும் கோவிலைக் கலைகள் உறையுங் கோவிலாகச் சிற்பம் சித்திரம் ஆகியவையமையச் செய்த பெருமையும் சோழர்களையே சாரும். தோன்றிய சைவ வைணவ சமயங்களை எஞ்ஞான்றும் நிலைநிறுத்துவார் போன்று சிவன் கோவில்களும், திருமால் கோவில்களும் அவர்களால் நாடு முழுவதும் கட்டுவிக்கப்பட்டன. நாள் விழாவும், ஆண்டு விழாவும், சிறப்பாக நடைபெற அவர்கள் கோவில்களுக்கு நிலதானமும் செய்தனர். சுருங்கச் சொல்வதானால் சைவ வைணவ சமயங்கள் இந்நாட்டில் நிலைத்திருக்க நிலையான வழிகோலியவர்கள் சோழர்களேயென்று கூறலாம்.

சிவனுக்கும் திருமாலுக்கும் கோவில்கள் எடுத்ததோடு மட்டுமன்றிச் சைவ வைணவச் சமயங்களின் நூல்களையும் அவர்கள் போற்றி ஆதரித்தார்கள். மறைந்து அழிந்து பட்ட தேவார ஏடுகளைக் கண்டெடுத்தவர் யார்? திருமுறை கண்ட சோழ தேவரிலிருந்து குலோத்துங்க சோழன் வரையில் வாழ்ந்த சோழ மன்னர்கள் சமயங்கட்குச் செய்த தொண்டுகளை எவ்வாறு எடுத்துரைக்க வியலும் ? பொன்னோடு வேய்ந்து சிற்றம்பலத்தைப் பொன்னம்பலமாக்கிய பெருமை யாரைச் சாரும்? முன்னும் பின்னும் இல்லாத வகையில் தஞ்சையிலும் கங்கை கொண்ட புரத்திலும் இறைவனுக்குக் கோவில்களெடுத்த பெருமை இராச ராசனையும் அவன் மகன் இராசேந்திரனையு மன்றோ சாரும்! அரசர்கள் மட்டுமல்ல; அரசிகளும் இப்பணியில் சிறந்திருந்தார்க ளென்பது அறிந்து மகிழ்தற்குரிய தொன்றாம். குந்தவை போன்றவர்கள் கோவில்களுக்கு அளித்த நந்தா விளக்குகள் எத்தனை ? அளித்த அணிவகைகளின் மதிப்பு என்ன ? எனவே தோழர்கள் குடும்பமே சமயங்களை வளர்த்த குடும்பமாகக் காட்சியளிப்பதை யறியலாம்.

தேவாரப் பாடல்களைப் பரப்புவதற்குச் சோழர்கள் செய்த தொண்டு சொல்லுந்தரத்ததன்று. தேவாரப் பண்களிலே சிலவற்றைப் பற்றியாவது நாம் இன்று அறிந்து கொள்கின்றோமென்றால், ஓதுவார்கள் சிலராவது இங்கு மங்குமாகக் காணப்படுகின்றார் களென்றால், அவையனைத்திற்கும் காரணமாக விருந்தவர்கள் சோழர்களே யென்பதை நாமுணர வேண்டும். தஞ்சைப் பெரிய கோயிலைக் கட்டிய பேரரசன் இராச ராசனே யாவன். அவன் சைவத் திடத்தும் தமிழிடத்தும் நிறைந்த அன்புடையவன். அவன் தஞ்சைக் கோவிலுக்கே யன்றி மற்றைய கோவில்களுக்கும் அளித்த நிலதானங்கள் அளவில. தஞ்சைப் பெரிய கோவிலிலே நாள் தோறும் திருப்பதியம் விண்ணப்பஞ் செய்ய நாற்பத் தொன்பதின் மரை நியமித்திருந்தான். அதன் பொருட்டு அவர்களுக்கு நிலதானமும் வழங்கியிருந்தான். இச் செய்தி இராச ராசனுடைய கல்வெட்டு களிலிருந்து நாமறியக் கிடக்கின்றது.

இராசராசன் மட்டுமன்று; அவன் மகன் இராசேந்திர சோழனும் இம்முறையையே மேற்கொண்டு தேவாரப் பண்களை வளர்த்தான். அவனால் கட்டப்பட்ட கோவில் தஞ்சைப் பெரிய கோவிலை யொத்த கங்கை கொண்ட சோழீச்சுரமாகும். அதன்கண் நாள் தோறும் தேவாரம் ஓதப்பட்டு வந்தது. தேவாரம் ஓதுவார் இருந்து பாட மண்டபம் ஒன்று கோவிலினுள் அமைத்திருந்தான். அது தேவார மண்டபம் என வழங்கப்பட்டது.

இராசேந்திர சோழனுடைய கல்வெட்டு ஒன்றால் இச்செய்தி அறியப்படுகின்றது. இவர்களின் பின் வந்த சோழர்களும் இம் முறையிலேயே கோவில்களிலே தேவாரம் ஓதப்பட வேண்டிய ஏற்பாடுகளைச் செய்தார்கள்.

குலோத்துங்க சோழன் பெரிய புராணம் பாடக் காரணமாக விருந்த பேரரசன். அவனுடைய தேவியர்களில் ஒருவர் ஏழிசை வல்லபி யென்னும் பட்டப் பெயரை யுடையவர். குலோத்துங்க சோழன் இசையிடத்துப் பெற்றிருந்த பேரன்பால் ஏழிசை வல்லபி யென்னும் இசை விருது பெற்ற மங்கையை மணந்து வாழ்ந்தான் என்று கூறுவர்.

இங்ஙனம் சோழர்கள் இன்னிசை பரவச் செய்த தொண்டுகள் எண்ணில. எனவே சோழர்களைச் சமயங்களையும், இசையையும் வளர்த்த பேரரசர்கள் எனலாம்.

ஆகவே இடைக் காலத்தில் தோன்றியது தெய்விக இசையே யென்பதும் அதனை நாட்டில் நிலை பெறச் செய்தவர்கள் சோழர்களே என்பதும் இதுகாறும் கூறியவற்றால் பெறப்படும். அத்தகைய தெய்விக இன்னிசையை வளர்க்க அனைவரும் தங்களால் ஆன தொண்டுகளைச் செய்ய வேண்டுமெனக் கேட்டுக் கொள்வதுடன் எனது பேச்சை முடித்துக் கொள்கிறேன்.

4. கர்நாடகச் சங்கீதம்

உன்னதமும் தூய்மையுமுடைய நமது கர்நாடகச் சங்கீதத்திற்கு நாதமே ஆதாரம். நாதத்தினின்று ஸ்ருதிகளும், ஸ்ருதிகளினின்று ஸ்வரங்களும், ஸ்வரங்களினின்று இராகங்களும் உற்பத்தியாயின. சங்கீதக்கலை ஏனைய கலைகளைவிட மிகச்சிறந்தது. ஏனைய கலைவல்லுநர்கட்கு இயற்கை மிகுதியாக உதவி செய்கிறது. ஆனால் சங்கீதமானது மனிதனுடைய அறிவினாலேயே கற்பிதமாகிறது. குழந்தை, பசு, சர்ப்பம் ஆகியவைகளும் இசையில் வயப்படுகின்றன. ஆகவேதான் நமது கர்நாடகச் சங்கீதத்தின் பெருமை அளவிட்டுரைத்தற் குரியதன்று என்பர்.

பாடுவதும் ஆடுவதும் பக்தியின் இலட்சணங்களானதால் சித்தத்தில் பக்தியை வளர்ப்பதற்கும் சித்தத்தை ஒரு நிலைப் படுத்துவதற்கும் துணைபுரிவது சங்கீதமே யாகும். சங்கீதப் பேரறிவாளர்களான பெரியோர்கள் சங்கீதத்தினால் மனத்தை ஒருநிலைப்படுத்திப் பேரின்ப வீடடைந்திருக்கின்றனர். இறைவன் நாதத்தையே உருவமாகக் கொண்டவன் என்பர். திருநாவுக்கரசு சுவாமிகள், "பண்ணின் பயனாய் நின்றாய் போற்றி" என்றும், "ஓசை ஒலியெலாம் ஆனாய் நீயே" என்றும் கூறியிருக்கின்றார். அருணகிரி நாதர் "நாதரூபமா நாதராகத் துறைவோனே" என்றும் விதந்தோதி யிருக்கிறார்.

இசைக் கலையானது வாழ்க்கைக்கு இன்றியமையாததாக இருக்கிறது. ஆயினும் தற்பொழுது நமது கர்நாடகச் சங்கீதமானது போதிய முறையில் கையாளப்படாமையால் பெருமை குன்றி வருகின்றது. நம் நாட்டில் பிரபல வித்வான்களில் சிலர் மாணவர்கட்கு ஊக்கத்துடனும், சலிப்பின்றியும், சங்கீத நுட்பங்களைப் போதிக்காதிருப்பதே இதற்குக் காரணமாகும். சங்கீதம் இதுபோழ்து மிகுதியாகப் பரவியிருப்பினும், சங்கீத நுட்பங்களை யுணர்ந்து அது

கையாளப் கையாளப் படாததினால் கீழ்த்தரமான சங்கீதமே பெரிதும் பரவி வருகிறது. இந்த முறையிலேயே இக்கலை வளர்ந்து வந்தால், நமது கர்நாடகச் சங்கீதம் நசித்துப் பல திறப்பட்ட சங்கீதங்கள் நம் நாட்டில் பரவி விடலாம். ஆகவே நம் நாட்டிலுள்ள ஒவ்வொரு கல்லூரியிலும் பயிலும் சிறுவர் சிறுமியர் முதற்கொண்டு எல்லோருக்கும் நமது கர்நாடகச் சங்கீதத்தைப் போதித்தால் மாணவர்களும் மற்றவர்களும் சங்கீதப் பயிற்சியைப் பெறுவார்கள். மிக விரைவில் நமது கர்நாடகச் சங்கீதம் சிறந்த முறையில் பரவித் திகழும். அத்துடன் நமது இனிமை தரும் தமிழ் மொழியிலமைந்த பெரியோர்களால் இயற்றப் பெற்ற பாடல்களைச் சங்கீதக்கலை நுட்பங்களுடன் போதித்தலே சாலச் சிறந்ததாகும்.

தற்காலத்தில் கேட்கப் பெறும் தமிழ்ப்பட உலகிலுள்ள பாடல்கள் பெரும்பாலும் வடநாட்டுச் சங்கீதத்தின் வர்ண மெட்டுகளிலேயே அமைக்கப் பெற்று வருகின்றன. நமது கர்நாடகச் சங்கீதத்தில் ஒவ்வொரு இராகமும் ஒவ்வொரு உணர்ச்சியை உண்டாக்கக் கூடியதாக இருந்தும் கர்நாடக இராகங்களில் பாடல்களை இயற்றிப் பாடாமல் வடவரின் மெட்டுகளை மேற்கொள்வது வருந்தத்தக்க விஷயமாகும். ஆகவே படத்தொழிலில் ஈடுபட்டிருப்பவர்களைப் படக்கலையிலும் நமது கர்நாடக இசைக் கலையைப் பெரிதும் பயன்படுத்த வேண்டுமென்று கேட்டுக் கொள்ளுகிறேன்.

5. நான் செய்த முதல் கச்சேரி

என் முதல் கச்சேரியைப் பற்றி எனக்கு இன்றைக்கும் நன்றாக ஞாபகமிருக்கிறது. எனக்கு அப்பொழுது வயது ஒன்பது தானிருக்கும். தலைநிறையக் குடுமி. மிகவுஞ் சிறியவன். ஆனால் குரல் மட்டும் கணீரென்று 6, அல்லது 6½ கட்டைஸ்ருதிக்கு வானைப் பிளந்து கொண்டு போகும். நான் நினைத்த சங்கதி, நினைக்காத சங்கதியெல்லாம் அனாயாசமாக ஜிலுஜிலு வென்று வந்து விடும். இருந்த போதிலும் எனக்கு அப்பொழுது ராக ஞானமோ ஸ்வரஞானமோ கிடையாது. என் தகப்பனார் முத்தையா தேசிகரும், ஏன்! எங்கள் பரம்பரையினர் அனைவருமே தேவாரம், திருவாசகம், முதலியவைகளைப் பாடுவது, இவைகளைச் சிறுபிள்ளைகளுக்கு இசையுடன் போதிப்பது, கதாகாலக்ஷேபம் செய்வது போன்ற தொழிலை மேற்கொண்டிருந்தனர். நான் ஐந்து, ஆறு வயதாயிருந்தபோதே என் தகப்பனார் தம் மார்பின் மீது என்னை உட்கார வைத்துக் கொண்டு தேவாரம், திருவாசகம், முதலியவைகளைச் சொல்லிக் கொடுத்து வந்தார். ஆறு அல்லது ஏழு வயது வரை மட்டுமே என் தகப்பனார் என்னைப் பள்ளிக் கூடத்தில் படிக்கும் படிச் செய்ததனால், நான் என் தகப்பனாரிடம் கூட ஒழுங்காகப் பாடக் கற்றுக் கொள்ளவில்லை. எல்லாம் இப்படியும் அப்படியுமாக விளையாடிக் கொண்டே கேட்டுப் பாடக் கற்றுக் கொண்டதுதான். எனக்கு அப்பொழுது சங்கீத ஞானம் அதிகமில்லை யென்றாலும் சாரீரம் நன்றாயிருந்ததாலும், வயதில் சிறியவன் என்ற காரணத்தினாலும் என் பாட்டைக் கேட்டு அனைவரும் மகிழ்ந்தனர்.

எங்கள் பக்கத்தூராகிய திருமருகலில் வருஷந்தோறும் வைகாசி மாதத்தில் பத்து நாட்களுக்கு மிகத் தட புடலாக திருவிழா நடைபெறும். இந்தப் பத்து நாட்களிலும் பெரிய பெரிய

வித்வான்களெல்லாம் வந்து கச்சேரி செய்வார்கள். நானும் என் தகப்பனாரும் வழக்கம் போலவே இத்திருவிழாவிற்கு அவ்வருஷமும் சென்றிருந்தோம். அப்பொழுது இந்தக் கோவிலுக்குத் தர்ம கர்த்தாவாயிருந்த, தேவகோட்டையைச் சேர்ந்த ஸ்ரீ ராம. மெ. சித. வயிரவன் செட்டியார் என்னைப்பற்றி முன்பே கேள்விப் பட்டிருந்தாராதலால் என்னையும் பாடச் செய்யும்படி என் தகப்பனாரிடம் சொன்னார். அன்றைய தினம் சங்கீத வித்வான்களும், நாதஸ்வரக்காரர்களும் கச்சேரி கேட்க வந்தவர்களும் ஏராளமாகக் கூடியிருந்தார்கள். நான் ஏதோ தைரியத்தில் ஒப்புக் கொண்டு பாடினேன். இதைத்தான் என் முதல் கச்சேரி யென்று சொல்ல வேண்டும். அன்று நான் பாடியதை எல்லோரும் பாராட்டிச் "சம்பந்தர் அவதாரம் போலிருக்கிறது" என்று கூறியது எனக்கு ஆச்சரியமாக இருந்தது. தருமகர்த்தா செட்டியார் எனக்குச் சன்மானமாக ஐந்து ரூபாயைக் கொடுத்ததும் என் சந்தோஷம் எல்லையற்றுப் போய்விட்டது. நாம்கூடப் பாடி ஐந்து ரூபாய் சம்பாதித்து விட்டோமே என்பதால் எனக்கு ஏற்பட்ட பெருமை சொல்லி முடியாது.

இந்த முதல் கச்சேரி வருமானத்தை என் தகப்பனாரிடம் கொடுத்து விட்டேன். நெடுநாள் வரை என் தகப்பனார் சில்லறைக்காசு கொடுக்க மறுத்த போதெல்லாம் "என் கச்சேரிப் பணத்தைக்கொடு அப்பா" என்று கேட்டுக் கொண்டிருந்ததை இப்பொழுது நினைத்தாலும் சிரிப்பு வருகிறது.

என் முதல் கச்சேரிக்குப் பிறகு என்னைப் பற்றிச் சுற்றுப்புற ஊர்களிலெல்லாம் பேசத் தொடங்கினர். இந்தக் கச்சேரிதான் என் உற்சாகத்தை வளர்த்தது. நான் இப்பொழுது அடைந்துள்ள புகழுக்கும் இதுதான் முதல்படியாகும். எனக்குச் சங்கீத வழியில் அதிகப் பற்றும், பிடிவாதமும் இருந்ததைக் கண்ட என் தகப்பனார் என்னை நாதஸ்வர வித்வான் ஸ்ரீ சட்டையப்பப்பிள்ளை யவர்களிடத்தில் சரளி, ஜண்டை, கீதம், வர்ணம் முதலிய இவைகளெல்லாம் பயில ஏற்பாடு செய்தார். நான் அவரிடம் சில வர்ணங்களையும் உருப்படிகளையும் கற்றுக் கொண்டபின், என் சிறிய தகப்பனாரான ஸ்ரீ மாணிக்க தேசிகரவர்களிடம் பாடம்

பெற்றேன். அப் பொழுது அவர் நீடாமங்கலத்திற்கடுத்த பூவனூரில் ஸ்ரீ. ராசு முதலியாரவர்களால் நடத்தப்பட்டு வந்த தேவாரப் பாடசாலையில் ஆசிரியராயிருந்தார். இந்தப் பாடசாலையில் நான் திருப்புகழ், திருவாசகம் முதலியவைகளை மூன்று வருடகாலம் பயின்று வந்தேன். இந்தச் சமயத்திலேயே நான் பக்கத்து ஊர்களிலெல்லாம் அடிக்கடி சென்று கச்சேரி செய்து வந்தேன். அப்போது ராஜப்பய்யன் சாவடி என்ற ஊரில் ஓர் பெரியார் என்னுடைய இன்னிசையைக் கேட்டு வெள்ளியினால் செய்த தாளம் செய்து கொடுத்தார். ஒரு தடவை திருவாரூரில் ஆடிப்பூரத் திருநாளன்று என் சிறிய தகப்பனாரும் நானும் பாடினோம். அன்று என் பாட்டு மக்களை அபாரமாகக் கவர்ந்து விட்டது. பணத்தையும் ஆடைகளையும் பலர் பரிசாக அளித்தனர். இதன் பின்னர் அக்கம் பக்கத்து ஊர்களிலெல்லாம் என்னைப் "பூவனூர்ப் பையன்" என்று குறிப்பிடத் தொடங்கினர்.

இவ்விதம் பாடி வருகையில் என் சங்கீத ஞானத்தை இன்னும் அதிகமாக விருத்தி செய்து கொள்ள வேண்டுமென்று எனக்குத் தோன்றியது. ஆகையால் கும்பகோணத்திற்குச் சென்று, பிடில் வித்வான் ஸ்ரீ. இராஜ மாணிக்கம்பிள்ளையவர்களிடம் சங்கீதம் பயின்று வந்தேன். அந்தக் காலத்திலேயே ஸ்ரீ. பிள்ளையவர்களின் வாசிப்பு மிக உயர்தரமாயிருந்தது. இந்த வாசிப்பை நான் நிறையக் கேட்கும் பாக்கியம் கிடைத்திருக்கிறது. அத்துடன் பிரபல வித்வான்களின் கச்சேரிகள் கும்பகோணத்தில் அடிக்கடி நிகழுவதுண்டு. அக்கச்சேரிக்குப் பாடகர்களும், ரசிகர்களும் வருமுன்னரே நான் கச்சேரி கேட்க முன்னதாகப் போயிருப்பேன். நான் பிள்ளையவர்களிடத்தில் பாடம் பெற்று வந்த சமயத்தில் நடந்த ஒரு சுவையான சம்பவத்தை நான் மறக்கவே முடியாது. ஒருநாள் ஸ்ரீ. பிள்ளையவர்கள் என்னிடம் எட்டணாவைக் கொடுத்து "ரவை வாங்கிக் கொண்டு வா தம்பி" என்று கூறினார். அவர் வாங்கி வரச் சொன்னது கோதுமை ரவை. ஆனால் எங்கள் ஊர் (திருச்செங்காட்டங்குடி) பக்கத்தில் கோதுமை ரவையை "ரவா" என்றும் கோலிக்குண்டுகளை ரவை என்றும் சொல்வது வழக்கம். ஆதலால் பிள்ளையவர்கள் "ரவை" என்று சொன்னதால்

"எதற்காக எட்டணாவுக்குக் கோலிக்குண்டுகள் வாங்கிவரச் சொல்கிறார்?" என்று ஆச்சரியப்பட்டுக் கொண்டே கடை வீதி சென்று பொட்டலம் நிறைய கோலிக்குண்டுகளை வாங்கிக் கொண்டு வந்து கொடுத்தேன். ஸ்ரீ.பிள்ளையவர்கள் வெகுநாள் வரை இந்தச் சம்பவத்தைச் சொல்லிச் சொல்லிச் சிரிப்பதுண்டு.

பிள்ளையவர்களிடம் நான் நான்கு ஆண்டுகள் சங்கீதம் பயின்ற பிறகு மதுரைக்குச் சென்று ஒக்கூர். சி. கரு. சி. லெ. லக்ஷ்மணஞ் செட்டியாரின் தேவாரப் பாடசாலையில் தேவார உபாத்தியாயராக அமர்ந்தேன். அப்பொழுது வடக்குச் சித்திரை வீதியில் ராஜராஜேஸ் வரி அம்பாள் உற்சவத்தில் நான் முதன் முதலாகக் கச்சேரி செய்தேன், கீர்த்தனைகள், ராகமாலிகை, தேவாரம், திருப்புகழ் இவைகளெல்லாம் அடங்கிய பூர்ணமான என் முதல் கச்சேரி இதுதான். இந்தக் கச்சேரியில் நான் தேவமனோகரி வர்ணமும், சில தெலுங்குக் கீர்த்தனைகளையும் பாடினேனென்றாலும், தமிழ்ப் பாட்டுகளே முதன்மை பெற்றிருந்தன. நான் முன்பே தேவாரக் கச்சேரிகள் செய்து பழகியிருந்ததால் எனக்கு அங்குக் கூடியிருந்த ஏராளமான கூட்டத்தைக் கண்டு அச்சம் ஏற்படவில்லை. அதற்கு மாறாக உற்சாகமாகப் பாடினேன். இக்கச்சேரிக்கு வந்திருந்த நாதஸ்வர வித்வான் (மதுரை) ஸ்ரீ. பொன்னுசாமிப் பிள்ளையவர்கள் என்னைப் பாராட்டி ஆசீர்வதித்தார். இந்த முதல் சங்கீதக் கச்சேரிக்கு நான் பண ஊதியம் பெறவில்லை யென்றாலும், ஸ்ரீ. பிள்ளையவர்கள் ஆசீர்வாதமும், அம்பாளின் அருளும் எனக்குக் கிடைத்தது பெரும் பேறல்லவா!

அந்த நாளிலேயே பொது மக்கள் என்னிடத்தில் பெரும்பாலும் தமிழ்ப் பாடல்களையேதான் விரும்புகிறார்கள் என்பதை உணர்ந்து கொண்டேன். நானும் மிக உற்சாகத்துடன் தமிழ்ப் பாடல்களையே இன்றும் பாடி வருகின்றேன். எப்படி என் முதல் கச்சேரி ?

6. இசை வளர்ச்சி

ஒரு நாட்டின் நாகரிகத்தை எடுத்துக் காட்டுவது அங்குள்ள மக்களின் கலாபிவிருத்திதான், கலை என்பது என்ன? அதை யாரும் தெளிவாக விளக்க முடியாது. என்றலும் வாழ்வின் மொழி பெயர்ப்பே கலை எனலாம். உள்ளத் துடிப்பின் மலர்ச்சி அது. உணர்ச்சியின் உருவம் என்றும் கூறலாம். வாழ்க்கையின் பல்வேறு கோணங்களிலிருந்தும் எழும் அனுபவம் மனிதர்களின் உள்ளமாகிய வீணையின் மலரக உணர்ச்சித் தந்திகளைப் பேச வைப்பதால் பிறந்து, கற்பனையுடன் கலந்து, பிறர் மனத்திலும் உணர்ச்சியைப் புகுத்துவதுதான் உயரிய கலாசிருஷ்டி. கலைகள் எத்தனையோ பிரிவுகளைக் கொண்டவை. அவற்றில் ஒன்றுதான் இசை.

இசை இன்ப மளிப்பது. சோர்வு அகற்றுவது. கவலையை ஓட்டவல்லது. வீரம் ஊட்டுவது. மனிதர்களுடைய மனத்திலெழும் துள்ளலெனும் பாம்பை ஒரு வழி நிற்கச் செய்யும் மகுடியே இசை, இசையில் லயிக்காதவர்கள் யாரே உளர்? பறவைகளும், பாம்பும், விலங்குகளும், இசையைக் கேட்டு உணர்ச்சி வயப்படும் பொழுது மனிதனைப் பற்றிப் பேசவும் வேண்டுமா? ஆகவே ஆதி மனிதன் காட்டில் வாழ்ந்து திரிந்த காலத்திலே வெறும் கத்தலும் ஓலமுமாகப் பிறந்த ஆனந்தக் கூச்சல் நாளடைவில் நாகரிக வளர்ச்சிக்கேற்ப ராகம், தாளம், பாவம், முதலிய விதிகளுடன் ஜீவன் பெற்று வளர்ந்து வந்துள்ளது.

இசை வளர்ச்சியில் நம் தமிழ் நாடு தலைசிறந்து விளங்குகிறது என்பதும் நமது கர்நாடகச் சங்கீத முறை பிற மொழி இசை முறைகளை விட மேன்மையுடையது என்பதும் யாவரும் உணர்ந்த உண்மைகளாம். எனினும் கர்நாடகச் சங்கீதத்தின் இன்றைய நிலை மனத்திற்கு மகிழ்ச்சி தருவதாக இல்லை. இதற்குக் காரணங்கள் பல. பிரபல சங்கீத வித்வான்கள், மக்கள் உயர்ந்த சங்கீதத்தை

அனுபவிக்கும் திறனையும், நல்ல இசையை உணரும் பண்பையும், தங்கள் செயலால் வளர்ப்பதற்கு மாறாகப் பண வருவாயையே லட்சியமாகக் கொண்டனர். பொதுமக்களும் உயர்ந்த சங்கீதத்தை மறந்து சாதாரண, துக்கடாப் பாட்டுகளையும் தில்லானாக்களையும் கேட்பதிலே ஆர்வம் காட்ட ஆரம்பித்தனர்.

சங்கீதம் ஒரு தொழிலாகவே கருதப்பட்டு விட்டது, அதன் மூலம் பொருள் திரட்ட விரும்பியவர்கள் தான் அதை விரும்பிக் கற்கிறார்கள். கலை என்னும் தன்மையில் அது மாணவர்களுக்குப் போதிக்கப்படவே இல்லை. அக்கலை சம்பந்தமாக ஏராளமான ஆராய்ச்சி நூல்கள் வெளிவராததும் பெரும் குறையேயாகும்.

ஆனால் கொஞ்ச காலமாகச் சங்கீதத்திற்கு நல்ல காலம் பிறந்திருக்கிற தென்றே சொல்ல வேண்டும். ஆங்காங்கே சங்கீத வளர்ச்சிக்காகப் பாடுபடும் சபைகள் பல தோன்றியுள்ளன. செல்வர்கள் குடும்பங்களில் அநேகமாக ஒவ்வொரு குடும்பத்திலுமுள்ள சிறுமியருக்குச் சங்கீதப் பயிற்சி அளிக்கப்பட்டு வருகிறது. பல்கலைக் கழகங்கள் மாணவர்களுக்கு இசைப் பயிற்சிதர முன் வந்திருக்கின்றன. ரேடியோ நிலையங்களும் இசை வளர்ச்சிக்கு உதவிபுரிகின்றன. என்றாலும் கர்நாடகச் சங்கீதம் தன் பழைய நிலையை, பெருமையை இன்னும் பெறவில்லையென்றே சொல்ல வேண்டியிருக்கின்றது.

இசையை நல்ல முறையில் வளர்ப்பதற்குச் சங்கீத சபைகள், ரேடியோ நிலையங்கள், சினிமா முதலியன ஏற்ற சாதனங்களே. இந்த நிலையங்களின் முயற்சியால் இசைக்கலை ஓங்கி வளரமுடியும். பொழுது போக்கிற்காகவோ, லட்சிய நோக்கில்லாமலோ இசை பயிலும் மாணவர்களாலும் பயனில்லை. பின்னர் இசையை வளர்க்க யாரால் முடியும் எனில், இசையைத் தமது தொழிலாக்கிக் கொள்ள விரும்பிக் கற்பவர்களாலேதான் முடியும். அதே நேரத்தில் அவர்கள் இசை வளர்ச்சியையே லட்சியமாகக் கொண்டு அக்கலைக்காகவே தம் வாழ்நாளை அர்ப்பணிக்க முன் வருகிறவர்களாக இருக்க வேண்டும் என்பதையும் நாம் மறக்கக் கூடாது.

இசை வளர்வதற்குத் தடையாக நிற்பது ஒன்றுண்டு. அதுதான் மக்களின் மன நிலை. சங்கீத ரசிகர்கள் அனைவரும் ஒரே மனப்பான்மையுடன் கச்சேரி கேட்க வருவதில்லை. எளிமையும் இனிமையும் நிறைந்த இசை யமுதத்தைப் பருக விரும்புகிறவர்கள், சங்கீத வித்வான் சொற்களையும், இசை விதிகளையும் வைத்துக் கொண்டு 'ஜாலம்' செய்வதை நாடுகிறவர்கள், குரலிசையை மட்டுமோ அன்றி இசைக் கருவிகள் மூலம் எழும் சங்கீதத்தை மாத்திரமோ அனுபவிக்கிறவர்கள், தங்களுக்குப் பிரியமான பாடல்களையோ, சினிமாப் பாட்டுகளையோ கேட்க வேண்டுமென விரும்புகிறவர்கள்- இப்படி எத்தனையோ வகைகள்! சிலருக்கு வித்வான் அங்கங்கே உதிர்க்கும் சங்கதிகளே பிடிக்கும். சிலருக்குச் சங்கதிகள் என்றாலே ஒரே கசப்பு. சிலர் ராக ஆலாபனையையும், அதற்கு எவ்வளவு நேரம் பிடிக்கிறது என்பதையுமே கவனிக்கிறார்கள். ஸ்வரம் பாடுவதினால்தான் வித்துவத்துவம் விளங்குகிறது என எண்ணுபவர்களும் உண்டு. பலருக்குப் பதம், ஜாவளி, சிந்து, தெம்மாங்கு. தில்லானா போன்றவைகளே தேவையாயிருக்கின்றன. இவற்றுடன் தெலுங்குக் கீர்த்தனம், தமிழ் இசை, ஹிந்துஸ்தானி மெட்டு முதலியவைகளும் வேண்டும் !

ரஸிகர்களிடையே காணப்படும் இவ்வளவு அபிப்பிராய பேதங்களுக்கு நடுவில் அகப்பட்டு நிற்கும் பாடகனின் நிலைமையை என்னவென்று சொல்வது! என்ன செய்வது ? இப்படி நேர்மாறான விருப்பு வெறுப்புகளுடன் விளங்கும் ரசிகர்களை எப்படித் திருப்தி செய்வது என்பது அவனுக்கே புரியாத பெரும் புதிராக இருக்கும். இத்துடன் ஒவ்வொரு கச்சேரிக்கும் தவறாது விஜயம் செய்து, 'அது இப்படி; இது தவறு' என்று குற்றம் சாட்டி 'வெளுத்து வாங்கும்' விமர்சகர்கள் வேறு இருப்பார்கள். இந்நிலையில் இசை வளர்ச்சி பெறப் பொதுவான நிலைமை ஏற்பட வேண்டியது அவசியமாகிறது.

மேலும் பாடகன் ரசிகர்கள் காதுக்கு வேதனை அளிக்கும் தன்மையில் ஜாலங்கள் பலவற்றைப் புகுத்தி நீண்ட நேர ஆலாபனங்களைக் கையாளுவது தவறு. அதிகமாகச் சங்கதிகள் போடவும் கூடாது. சில கச்சேரிகளில் சுரம் பாடுவதே பிரதானமாகி

விட்டது. தங்களுக்குள்ள வித்தையின் திறமையைக் காட்ட ஸ்வரம் பாட வேண்டியதுதான் என்றாலும், கச்சேரிகளுக்குப் பாவத்தோடு ஒட்டிய இசையைக் கேட்க விரும்பி வருகிறார்களே தவிர, ஸ்வர அடுக்குகளை மட்டும் கேட்பதற்காக வருவதில்லை. ஸ்வரங்களை மாத்திரம் கணக்கிட்டுப் பாடுவது ஏதோ சாரத்தை மட்டும் வைத்துக்கொண்டு இதுவே கட்டடம் என்று சொல்லும் கணக்காகத்தான் முடியும். சாரத்தில் ஒரு வேளை கட்டடத்தின் சாயலைப் பார்க்கலாம். ஆனால் ஸ்வரங்களின் ஆரோகண அவரோ கணங்களைப் பார்த்து இசையின் உருவத்தைக் கண்டு பிடிப்பது முடியாத காரியம்! என்று ஸ்ரீ. டி. கே. சி. குறிப்பிட்டது நினைவிற்கு வருகிறது.

பாடுகிறவர்கள் கேட்கிறவர்கள் மனத்திலே உணர்ச்சி பொங்கும்படி மொழி உணர்ச்சி, பாவ உணர்ச்சிகளுடன் பாடவேண்டும். தானும் உணர்ச்சி வயப்பட்டுச் சபையோர்களையும், அவ்வுணர்ச்சி வசப்படும் படிப் பாடுவதே உண்மையான சங்கீதமாகும். சங்கீத வளர்ச்சிக்கு வித்வான்களின் சீர்திருத்த முயற்சி மட்டும் போதாது; பொது மக்களின் ஆதரவும் ஒத்துழைப்பும் தேவை. அப்பொழுதுதான் அவர்களால் உயர்தரச் சங்கீதத்தை யநுபவிக்கமுடியும்.

7. மதுரை பொன்னுச்சாமிப் பிள்ளை

மதுரை மாநகர் என்று நினைத்தவுடனே ஆலவாயில் அமர்ந்தருளிய அங்கயற் கண்ணியாகிய மீனாட்சியம்மையும், நாதஸ்வர வித்வான். திரு. பொன்னுச்சாமிப் பிள்ளையவர்களும் என் நினைவிற்கு வருகின்றனர்.

இறைவி மீனாட்சியம்மையும், திருமலை நாயக்கரும் பாண்டி நாட்டை எவ்வாறு முறை பிறழாமல் அரசாட்சி செய்தார்களோ அதேபோன்று நமது பொன்னுச்சாமிப் பிள்ளையவர்களும் தமது பேரறிவின் திறத்தினால் தம் சங்கீத ஞானத்தைக் கொண்டே சங்கீத உலகை அரசாட்சி செய்து பெரும்புகழ் எய்தியுள்ளார்.

நமது பிள்ளையவர்களின் குடும்பமானது வழி வழியாகச் சங்கீத பரம்பரையாகவே இருந்திருக்கின்றது. ஏனெனில் இவர்களது முன்னோர்களாகிய திருவேங்கடம் பிள்ளையவர்கள் மதுரை நாயக்கர் சமஸ்தானத்தில் பிரபல சங்கீத வித்வானாக இருந்திருக்கிறார். மேற்குறிப்பிட்ட திருவேங்கடம் பிள்ளையவர்களின் நான்காவது பேரனாகிய முத்துக்கருப்பப் பிள்ளையவர்கட்கு எட்டாவது குமாரனாக, நாதசுர வித்வான் உயர்திரு பொன்னுச்சாமிப் பிள்ளையவர்கள் கி.பி.1877-ஆம் ஆண்டில் பிறந்தார். பிள்ளையவர்கள் தந்தையாராகிய முத்துக் கருப்பப் பிள்ளையவர்கள் "முகவீணை" என்ற வாத்தியத்தை வாசிப்பதில் மிகவும் வல்லவர். ஏழாம் எட்வர்ட் அரசர் இந்தியாவில் சுற்றுப்பிரயாணம் செய்து வந்தபோது மதுரை தேவஸ்தானத்தில் அரசரை வரவேற்றார்கள். அவ்வமயம் முத்துக்கருப்பப் பிள்ளையவர்கள் முகவீணை வாசித்தார்கள். அரசர் அந்த முகவீணை இசையில் மயங்கி எங்கள் நாட்டு "கிளாரினெட்" என்ற வாத்ய இசையைக் கேட்பதை விட மிக மிகச் சிறந்த இனிமையொடு விளங்குகின்றதே என்று பாராட்டி முத்துக் கருப்பப் பிள்ளையவர்கட்கு அரசர் கைநிறைய வெண்

பொற்காசுகளை வாரி வாரிக் கொடுத்தாராம். சில ஆண்டுகட்கு முன்னர்வரை 'முகவீணை' என்ற வாத்தியத்தின் இசை பரத நாட்டியத்திற்கு மிக உதவியாக இருந்ததுடன், கேட்போர்கட்கு மிக இனிமையையும் அளித்து வந்துள்ளது. நம் நாட்டினர் இப்போதெல்லாம் பழமையை மறப்பதென்பது ஒரு நாகரிகமாகுமென்று நினைத்து வருகின்றார்கள். காலத்தின் கோலந்தான் என்னே! பிள்ளையவர் களின் முன்னோர்கள் காலத்திலிருந்தே மதுரை முதலான ஐந்து ஆலயங்களில், இசைப் பணியாற்றுவதற்காகவே இவர்களுக்குப் பல மானியங்கள் விடப்பட்டிருக்கின்றன. அந்தமிராஸ் பாத்தியங்கள் இன்னும் இருந்து வருகின்றன.

ஐந்து வயதுவரை அறியாப்பருவம் என்று சொல்வார்கள். அப்பருவம் முதிர்வதற்கு முன்பாகவே பிள்ளையவர்களின் மூன்றாவது வயது நிரம்புவதற்குள் தந்தையாரவர்கள் காலமாகி விட்டார்கள். "தாயோடு அறுசுவைபோம், தந்தையோடு கல்விபோம்" என்ற பழமொழி நாட்டில் வழங்கிவரினும், தனது உடன்பிறந்தாராகிய ஐயாச்சாமிப் பிள்ளையவர்களால் வளர்க்கப்பட்டு வர, "ஒருமைக்கண் தான் கற்ற கல்வி ஒருவற்கு எழுமையும் ஏமாப்புடைத்து" என்று பொய்யாமொழியார் புகன்றவாறே பரம்பரைச் சங்கீதச் சொத்தானது பிள்ளையவர்கட்கு இயற்கையிலேயே அமைவு பெற்று விட்டது. ஆயினும், "குருலேக எடுவம்டி குணிகி தெலியகபோது" என்று தியாகராஜ சுவாமிகள் இசைமாரி பொழிந்தது போல், பள்ளிப்படிப்பு முடிந்ததும், ஸ்ரீமுத்துச்சாமி தீக்ஷிதரவர்களின் மாணாக்கர் வழியில் வந்த எட்டையபுரம் திரு. இராமச்சந்திர பாகவதரிடம் வாய்ப்பாட்டும் வீணையும் கற்றுக் கொண்டார். மேற்கண்ட இராமச்சந்திர பாகவதரவர் களிடம் நமது பிள்ளையவர்களும் மன்னார் குடி ராஜம் பாகவதரும் ஒரே காலத்தில் முதன் மாணாக்கர்களாக இசைப்பயிற்சி பெற்றவர்களாவர். வாய்பாட்டுப் பாடக்கூடியவர்கள் இசையின் நுட்பங்களை நுண்ணிதாக அறிவதற்கு வீணையைப் போன்ற இசைக் கருவியைத் துணையாகக் கொண்டு இசைப்பயிற்சி பெறுவது மிக இன்றியமையாதது. ஏனெனில் குரல் இல்லாதவர்கட்கு இதனை விரல் என்று இசை வாணர்கள் வேடிக்கையாகப் பேசிக் கொள்வது வழக்கம்.

அவ்வாறே பிள்ளையவர்கள் வாய்ப்பாட்டிலும், வீணை வாத்தியத்தைக் கையாளுவதிலும் மிகத் தேர்ச்சி யடைந்தார்கள்.

பிள்ளையவர்கள் ஒரு சமயம் சங்கீத சரஸ்வதியாகிய வீணை தனம்மாளிடம் வீணையை நேராக நிறுத்தி மிக அழகாக வாசித்துக் காண்பித்தாராம். அப்போது "நீங்கள் வீணை வாத்தியத்தையே தொழிலாக வைத்துக்கொள்ளாமல் நாதசுர வாத்தியத்தையும் கையாண்டு வருகிறீர்களே, என்ன காரணம்? என்ன காரணம்?" எனத் தனம்மாள் அவர்கள் பிள்ளையவர்களைக் கேட்டார்களாம். அதற்குப் பிள்ளையவர்கள் எங்கள் பரம்பரையினர் எல்லோருமே ஸ்ரீமீனாட்சி சொக்கலிங்கப் பெருமான் ஆலயத்திற்குத் தொண்டு செய்து வந்திருக்கின்றார்கள். ஆகவே நானும் நாதசுர வாத்தியத்தை எனது தொழிலாகக் கொண்டால்தான் என்னுடைய பணியைக் கடவுளுக்குச் செய்து அவனது அருளைப் பெறமுடியும்; அத்துடன் மக்கள் சங்கீதத்தை எங்கிருந்தாலும் கேட்டு இன்புறுதற்கும், இசைஞானத்தை மக்கள் அடைவதற்கும், நாத சுர வாத்தியத்தினாற்றான் முடியும்; ஆகவே மக்களுக்கும், இசைத் தொண்டு செய்தவனாவேன் என எண்ணினேன். அதனாற்றான் நாதசுர வாத்தியத்தை நான் கையாண்டேன் என்று பிள்ளையவர்கள் அன்புடன் பதிலளித்தாராம்.

பிள்ளையவர்கள் நாதசுரத்தைக் கையாண்ட முறையே ஒரு தனிப்பெருமை கொடுக்கக் கூடியது. முன்காலத்தில் பெரும்பாலும் நாதசுர வித்வான்கள் கையாண்டு வந்தது 'திமிரி நாதசுர'மே. அதாவது மிகமிக உயர்ந்த சுருதியை வைத்துக்கொண்டு வாசிப்பதே வழக்கம். அதைப் போன்று 'பாரி நாதசுரம்'- அதாவது குறைந்த சுருதியை வைத்து வாசிப்பதும் சில ஊர்களில் பழக்கமாயிருந்து வந்தது. கும்பகோணம். ஸ்ரீலஸ்ரீ சங்கராச்சாரிய சுவாமிகள் மடாலயத்தில் திமிரி நாதசுரம் வாசித்து வருவதையும், திருவாரூர் தியாகப் பெருமான் ஆலயத்தில் பாரி நாதசுரம் வாசித்து வருவதையும் இன்றுகூட நாம் நேரில் சென்று கேட்கலாம். பிள்ளையவர்கள் திமிரி நாதசுரத்தின் ஓசையையும், பாரி நாதசுரத்தின் ஓசையையும், தமது அறிவுத் திறத்தினாலும், அநுபவத்தினாலும், தெளிவுற ஆராய்ச்சி செய்ததின் பேரில், திமிரி

சுருதியாக இல்லாமலும், பாரிசுருதியாக இல்லாமலும், நடுவு நிலைமையான சுருதியையுடைய நாதகரத்தை முதன் முதலாகக் கண்டுபிடித்தார்கள். அன்று தொட்டே நாதசுரம், இப்போது வழங்கிவரும். சுமார் 4½ கட்டை சுருதியாக அமைந்தது. முன்காலத்தில் வெள்ளியினாலும் தங்கத்தினாலும் செய்யப்பட்ட நாதசுரத்தை வாசிக்கக்கூடிய வித்வான்களுக்குத்தான் பெரு,மையும், பண- வருவாயும் அதிகம் உண்டு. நல்ல ஓசை வெள்ளியிலும் தங்கத்திலும் இல்லைஎன நினைந்து, நல்ல முற்றிய மரமாகப் பார்த்து, அதை நன்றாக ஆராய்ச்சிசெய்து பார்த்தபின்னர் மரத்தினாலேயே செய்யப்பெற்ற நாதசுர வாத்தியமே இன்று நாடெங்கணும் பழக்கத்தில் வந்துவிட்டது.

வாய்ப் பாட்டாகிலும் சரி, எந்த வாத்தியங்களானாலும் சரி, சுருதி சுத்தம் இல்லாமல் சங்கீதத்தில் எவ்வளவு வேலைப்பாடுகள் செய்தாலும் அது கேட்போர்க்கு இனிமை கொடுப்பதே. இல்லை. அவ்வகையில் பிள்ளையவர்கள் சுருதியை-அதாவது ஒத்து நாயனத்தைத் தனக்கும், கேட்பவர்கட்கும் அதிகமாகக் கேட்கும் படியாக அமைத்துக் கொண்டு, தான் வாசிக்கும்போது ஒத்துநாயன சுருதியுடன் ஒன்றி ஒவ்வொரு சுரஸ்தானத்திலும் நின்று அமைதி பெற்று ஏழிசையாயும் இசைப்பயனாயும் உடைய இறைவனுடைய எழிலையும் உருவையும் தனது நாதசுரத்தில் அமைத்து விடுவார்கள்.

பொதுவாக இசைவாணர்கள் ஒவ்வொரு வகையிற்றான் சிறந்து விளங்குவார்கள். நமது பிள்ளையவர்களோ இராகம், கீர்த்தனம், பல்லவி முதலான வகைகளுள் எதை வாசிக்கினும், அந்த வகையில் தனக்குள்ள மேன்மையான ஞானத்தை வெளிப்படுத்தி இசைப்பகுதிகளின் எல்லையைக் கண்டு விடுவார்கள்.

சங்கீதத்தையும் சங்கீத வித்வான்களையும் ஆதரித்துப் போற்றுவது நமது தமிழ் நாட்டு அரசர்கட்கு உரிய பண்பு. அவ்வகையில் இராமநாதபுரம் மகாராஜா பாஸ்கர சேதுபதியவர்கள் நமது பொன்னுச்சாமிப் பிள்ளையவர்களின் தமையனாராகிய ஐயாச்சாமிப் பிள்ளையவர்களை ஆஸ்தான வித்வானாக ஆக்கிக் கொண்டார்கள். - இராமநாதபுரத்தில் நடைபெற்ற தசரா

விழாவிற்காக நமது பிள்ளையவர்கள் தமது 19-ஆவது வயதில் தமையனாருடன் சென்றிருந்தபோது, உறையூர் நாதசுர வித்வான் முத்து வீராச்சாமிப் பிள்ளையவர்களும் அவ்விழாவில் பங்கெடுத்துக் கொள்ள வந்திருந்தார்கள். அவ்வமயத்தில் நமது பிள்ளையவர்களும் உறையூர் முத்து வீராச்சாமிப் பிள்ளையவர்களுடன் சரிநிகராக வாசித்து, முத்து வீராச்சாமிப் பிள்ளையின் ஆசியையும் பெற்றார். இராம நாதபுரம் அரசர் பாஸ்கர சேதுபதியவர்கள் வெள்ளித்தட்டு நிறைய வெண்பொற்காசுகளைக் கொட்டி, பிள்ளையவர்கட்கு வழங்கினார்கள். இராமநாதபுரம் அரசர் அளித்த பணத்தைக் கொண்டே 1904 ஆம் ஆண்டில் மதுரையில் தனது இல்லத்தின் அருகிலேயே சங்கீத இரத்ன விநாயகர் ஆலயம் ஒன்றைக் கட்டி முடித்தார்.

இராமநாதபுர சமஸ்தானம், எட்டையபுர சமஸ்தானம், திருவாவடுதுறை ஆதீனம் முதலான இடங்களிலும் தனது நாதசுர இசையால் எல்லோரையும் மகிழ வைத்தார்கள். இன்னும் இவர்கள் திருமருகல் நடேசப் பிள்ளையவர்கள், செம்பொன்னார் கோயில் இராமசாமிப் பிள்ளையவர்கள், மன்னார்குடி சின்னபக்கிரியாப் பிள்ளையவர்கள் முதலானவர்களுடனும் வாசித்துப் பெரும்புகழ் எய்தியுள்ளார்கள். நமது பிள்ளையவர்களின் புகழ் நாடெங்கணும் பரவியது.

மைசூர் மகாராஜா கிருஷ்ண ராஜேந்திர உடையாரவர்கள் இராமேஸ்வர யாத்திரை வந்த போது, இராமநாதபுரம் முத்துராமலிங்க சேதுபதியவர்கள் அழைத்த வரவேற்பு விழாவில் நமது பிள்ளையவர்களை நாதசுரம் வாசிக்கும்படி செய்தார். பிள்ளையவர்களின் நாதசுர வாத்தியத்தின் பெருமையையும், இனிமையையும், அறிவுத்திறத்தையும் கண்டு மைசூர் மகாராஜா அவர்கள் பெருமகிழ் வெய்தியும் பாராட்டியும் பிள்ளைவர்களை மைசூருக்கே வருமாறு செய்து மைசூர் சமஸ்தான வித்துவானாக ஆக்கிக் கொண்டார்கள். மைசூர் சமஸ்தானத்தில் 13 ஆண்டுகள் மைசூர் சமஸ்தான வித்வானாக இருந்து, சமஸ்தான வழக்கப்படி வித்வான்களுக்குக் கொடுக்கப்படும் சமஸ்தான முத்திரையமைத்த ஆணிமுத்துத் தோடா, சால்வை, சாதரா, தலைப்பாகை முதலான

பரிசுகளும் பணமும் அன்பளிப்பாக மகாராஜாவிடம் பெற்றுள்ளார்கள். மற்றும் பற்பல சமஸ்தானங்களிலும் பரிசுகளைப் பெற்றிருக்கிறார்கள்.

"செயற்கரிய செய்வார் பெரியர்" என்றதற்கு ஒப்ப, நமது பிள்ளையவர்கள் தமது வாழ்நாளில் தமது முயற்சியினாலும், ஊக்கத்தினாலும், உழைப்பினாலும் "பூர்வீக சங்கீத உண்மை" என்ற இசை நுட்பங்கள் வாய்ந்த ஓர் ஆராய்ச்சி நூலை வெளியிட்டுள்ளார்கள். இந்நூலானது இளங்கோ அடிகளார் இயற்றிய சிலப்பதிகாரத்திலுள்ள இசைப்பகுதியினை ஆராய்ச்சி செய்தே எழுதப் பெற்றிருக்கின்றது. இந்த ஆராய்ச்சி நூலினால் இசையுலகிற்கே பிள்ளையவர்கள் பெரும் தொண்டாற்றியிருக் கின்றார்கள்.

பதினேழாம் நூற்றாண்டின் இடைக்காலத்தில் தஞ்சாவூரை யாண்ட விஜய ரகுநாத பூபால மகாராஜாவிடம் அமைச்சர் பதவியை வகித்திருந்த ஸ்ரீ வேங்கடமகியவர்களால் இயற்றப் பெற்றுள்ள "சதுர்த்தண்டிப் பிரகாசிகை" என்ற இசை நூலையும், சிலப்பதிகாரத்திலுள்ள அரங்கேற்றுக் காதை, கானல்வரி, வேனிற் காதை, ஆய்ச்சியர்குரவை முதலான இசைப் பகுதிகளையும் ஒத்திட்டு ஆராய்ச்சி செய்யும் போது, ஒரு சுருதியில் ஒரு ஸ்தாயியில் கிடைக்கின்ற ஆதாரஸ்ருதிக்கு சட்சமம் ஒன்றும், அதிலிருந்து ரிஷபம் இரண்டும், காந்தாரம் இரண்டும், மத்திமம் இரண்டும், பஞ்சமம் ஒன்றும், தைவதம் இரண்டும், நிஷாதம் இரண்டும், ஆகப் பன்னிரண்டு ஸ்வரஸ்தானங்களில் உண்டாகும் பன்னிரண்டு ஓசைகட்கு, சதுஸ்ருதி ரிஷபஸ்தானத்திலேயே 'சுத்த காந்தாரம்' என்றும், சாதாரண காந்தாரஸ்தானத்திலேயே ஷட்ஸ்ருதி ரிஷபமென்றும் சதுஸ்ருதி தைவதஸ்தானத்திலேயே சுத்த நிஷாதமென்றும், கைசிகி நிஷாத ஸ்தானத்திலேயே ஷட்ஸ்ருதி தைவதமென்றும், இயற்கையிலேயே இருக்கின்ற பன்னிரண்டு ஸ்வரங்களுடனும், இன்னும் நான்கு ஸ்வரங்களை ஸ்ரீவேங்கடமகியவர்கள் அதிகமாகச் சேர்த்து, அதில் உள்ள ஸ்வரங்களுக்கே வேறு பெயர்களைக் கொடுத்துப் பதினாறாகச் செய்திருக்கின்றார்களே? அது சரியா என ஆராய்ந்து யுக்திக்கும்

அநுபவத்திற்கும் இந்நான்கு ஸ்வரங்களின் பெயரைச் சேர்த்தது பொருத்தமாக இல்லையென்பதைப் பிள்ளையவர்கள் உணர்ந்து, ஸ்ரீவேங்கடமகியவர்கள் சதுர்த்தண்டிப் பிரகாசிகையில் சொல்லி யிருப்பதை மறுத்து முன்னோர்களாகிய இசைத் தமிழாசிரியர்கள் தம் அநுபவத்தாலும் ஆராய்ச்சியாலும் தெளிந்த பன்னிரண்டு ஸ்வரங்கள்தாம் உண்மையில் பொருத்தமானவை என்பதைப் பல ஆதாரங்களுடனும் விளக்கிக் காட்டியும், தனது கொள்கையின்படி தோடி இராகத்தை முதல் கர்த்தா இராகமாக அமைத்து, சுத்த மத்திம கர்த்தா இராகம் பதினாறாகவும். பிரதி மத்திம கர்த்தா இராகம் பதினாறாகவும் ஆக முப்பத்திரண்டு கர்த்தா இராகங்கள் தாம் உண்டென்று முடிவு கட்டிப் பற்பல இசை மாநாடுகளிலும் தனது உண்மைக் கொள்கைகளை விளக்கிக் காட்டியும் முடிவு கண்டுள்ளார்கள்.

காரைக்குடி வைணீக வித்வான்கள் சுப்பராமய்யரவர்கள், சாம்பசிவ அய்யர் அவர்கள், சென்னைக் கீர்த் தனாச்சாரியார், ஸி. ஆர். சீனிவாசய்யங்காரவர்கள், அரிகேச நல்லூர் முத்தையா பாகவதரவர்கள், டைகர் வரதாச்சாரியாரவர்கள், கூரை நாடு நாதசுரம் நடேச பிள்ளையவர்கள், திருச்சி பிடில் கோவிந்தசாமி பிள்ளையவர்கள், புல்லாங்குழல் பல்லடம் சஞ்சீவிராயரவர்கள், மதுரைத் தமிழ்ச் சங்கத் தலைமைப் பேராசிரியர், திரு. நாராயண அய்யங்காரவர்கள் முதலான இயல், இசைப் பேராசிரியர்களும், இன்னும் அனேக இசைவாணர்களும், விருப்பு வெறுப்பின்றி, பிள்ளையவர்களின் ஆராய்ச்சி தான் யுக்திக்கும் அநுபவத்திற்கும் பொருத்தமாக இருக்கிறதென்று ஒப்புக் கொண்டு பூர்வீக சங்கீத உண்மை என்ற மாபெரும் நூலுக்குத் தமது உண்மைக் கையெழுத்திட்ட மதிப்புரைகளை அளித்திருக்கிறார்கள்.

பிள்ளையவர்கள் இசையுலகில் எவ்வாறு ஒளி பெற்றிருந்தார்களோ, அதே போன்று அவர்களின் மனமும் ஒளி பெற்றிருந்தது. பெருந்தன்மை, பொறுமை, அடக்கம் முதலான நற்பண்புகளெல்லாம் பிள்ளையவர்களிடம் சிறந்து விளங்கின. அத்துடன் பெரிய வித்வான்கள் சிறிய வித்வான்கள் என்ற பாகுபாடில்லாமல் எல்லோருடைய இசையையும் கேட்டு

அனுபவித்து, உண்மையாகவே வித்வான்களைப் பாராட்டுவது பிள்ளையவர்களின் மிகச் சிறந்த குணங்களில் ஒன்று.

1929-ஆம் ஆண்டில் நாதசுர மகா வித்வான் திரு. பொன்னுச்சாமிப் பிள்ளையவர்கள் தனது 52ஆம் வயதில் இயற்கை எய்தி விட்டார்கள். இயற்கை எய்திய நாளன்று முதியோர், சிறியோர், பண்டிதர், பாமரர் என்ற பாகுபாடில்லாமல், மதுரையிலுள்ள மக்கள் மனமெல்லாம் ஆறாத்துய ரெய்திக் கண் கலங்கி நின்றார்கள். அவர்களில் நானும் ஒருவனாவேன்.

பிள்ளையவர்கட்கு நடேசப் பிள்ளை சண்முகம் பிள்ளையென இரு புதல்வர்கள் உண்டு. இருவரும் மிகச் சிறந்த நாதசுர வித்வான்களாக இருக்கின்றார்கள். நடேசப் பிள்ளையவர்களின் புதல்வர்களாகிய சேதுராமன், பொன்னுச்சாமி என்ற இருவர்களும் நாதசுர வித்வான்களாக இப்போது சிறந்து விளங்கி வருகிறார்கள். இன்றைக்கும், திரு. பொன்னுச்சாமிப் பிள்ளையவர்களின் புதல்வர்கள் இருவரும், பேரன்மார்களும் வாழையடி வாழையாக ஸ்ரீமீனாட்சி சொக்கலிங்கப் பெருமானுடைய ஆலயத்தில் தொண்டு செய்து - வருகின்றார்கள். இவர்களின் பரம்பரையும் சங்கீதமும் நீடூழி வாழ ஸ்ரீ மீனாட்சி சொக்கலிங்கப் பெருமானை இறைஞ்சுகின்றேன்.

8. இசையமைக்கும் முறை

"பண்என்னாம் பாடற்கு இயைபின்றேல் கண்என்னாம் கண்ணோட்டம் இல்லாத கண்."

பாடலுக்கு இயைந்த இசை அமையாவிடில் இசை பயனுடைத்தன்று என்பதும், கண்ணிருந்தும் கண்ணோட்ட மில்லாத கண்களால் பயனில்லை என்பதும் வள்ளுவனாரின் வாய்மொழி.

பாடல்கட்கு இசையமைப்புச் செய்ய இசைவாணர்கட்குப் பொறுமையும் மன அமைதியும் மிக வேண்டற் பாலன. இன்னும் இலக்கியத்துறையிலும் இசைத் துறையிலும் உயர்ந்த முறையில் பயிற்சி பெற்றவர்களால்தான் இசையமைக்க முடியும். முதலில் பாட்டிற்குரிய கருத்துகளைச் செவ்வனே அறிந்து மனத்திற் பதிய வைத்துகொள்ளல் வேண்டும். பாட்டின் கருத்தறிந்த பின்னர்ப் பாட்டின்சுவை எவ்வகையில் அமைந்திருக்கின்றது என்பதை ஆராய்ந்து, சுவை உணர்ச்சியை உண்டாக்கக் கூடிய வீரம், கோபம், ஆச்சரியம், இன்பம், அமைதி, நகைச்சுவை முதலிய உணர்ச்சிகளுக்கு ஏற்றவாறு இசையமைத்தல் வேண்டும்.

பாடலில் அமைந்த சந்தங்கள் எந்தத் தாளத்தில் அமைந்திருக் கின்றன என்பதை நன்கு கவனிக்க வேண்டும். இக்காலத்தில் ஆதிதாளத்தில் அமைந்துள்ள பாடலை மிசிரசாபு தாளத்திலும், ரூபக தாளத்திலுள்ள பாடலைக் கண்டசாபு தாளத்திலும் அமைப்பதோடு, சொற்களிலுள்ள நெடிலைக் குறிலாகவும், குறிலை நெடிலாகவும் மாற்றிப் பாடலில் உள்ள சுவை குன்றும்படியாக இசையமைத்து விடுகிறார்கள். அத்துடன் ஒருவர் நன்கு இசையமைத்த பாடலை நாம் பாடுவதா என்று ஒரே பாடலுக்குப் பலரும் இசையை அமைத்துப் பாடுகிறார்கள். இது இசையுலகிற்கே பெருந்தீங்காக முடிகிறது.

இயலறிவு, இசையறிவு, ஆகிய இரண்டும் ஒருங்கே அமையப் பெற்ற இசைவாணர்களால்தான் இசையமைப்புச் செய்யமுடியும். ஆனாலும் ஒருவர் பாடலியற்ற மற்றொருவர் அப்பாடலுக்கு இசையமைப்பதென்னும் முறையைப் பரிபாடல் என்னும் நூலால் அறிகின்றோம். பாடல் இயற்றியவரின் கருத்துக்கேற்ப இசையமைப்புச் செய்வதுதான் மிகப் பொருத்தம்.

இசையமைக்கும் இசைவாணர்கள் நம் நாட்டு இசையிலுள்ள நுட்பங்களை நன்கு ஆராய்ச்சி செய்து கையாளவேண்டும். பல இராகங்களையும் நீண்டநேரம் கற்பனையுடன் பாடுந்திறமை பெற்றவர்களாலேதான் இசையமைக்க முடியும் என்பதையும் உணரவேண்டும்.

பாடல்களுக்கு இசையமைத்தபின் இசையரங்குகளில் அப்பாடல்களைப் பாடும்போது மக்களின் உணர்ச்சி எவ்வாறு இருக்கின்றது என்பதை உணரவேண்டும்.

பல இராகங்களிலும், தாளங்களிலும் பாடல்களுக்கு இசையமைத்தல் வேண்டும். இப்பெருஞ் செயலை நமது பெருங்கொடை வள்ளலும், தமிழிசைத் தந்தையுமாகிய **இராசா. சர். அண்ணாமலைச்செட்டியாரவர்கள்,** அண்ணாமலைப் பல்கலைக் கழகத்து இசைக் கல்லூரியின் வாயிலாகப், பல இசைப் பேராசிரியர்களையும், தமிழ்ப் பேராசிரியர்களையும் வைத்துத் திறம்பட இசையமைத்துப் பல இசையமைப்புக்கள் கொண்ட நூல்களாக இசை வாணர்கட்கும் - இசை மாணாக்கர்கட்கும் பயன்படும் வகையில்- இசையமுதத்தை வாரி வழங்கும் முறையில் உதவியிருக்கின்றார்கள். இசையமைத்த இப்பாடல்களை இசையறிஞர்கள் விருப்பு வெறுப்பு இல்லாமல் இசையரங்குகளில் இசைத்துத் தாம் இன்புறுவதுடன் மக்களையும் இன்புறச் செய்வார்களாக!

9. மனிதன் கண்ட முதல் ஓசை

மனிதன் பிறந்தான்; இருந்தான்; மறைந்தான். அண்மையில் இருந்தான், என்ற இடைக் காலத்திற்கே வருவோம். இருந்தவன் சுவையுள்ள உணவைச் சுவைத்து உண்டான். உலகில் உள்ள இயற்கையின் பாற்பட்ட எழில்களையெல்லாம் கண்டான். இவைகளில் எல்லாம் அவனது அவா அடங்கவில்லை. ஏன்? வாய்க்கு இன்ப உணவு கிடைத்து விட்டது. கண்களுக்கு இயற்கை எழில் கிடைத்து விட்டது. காதுக்கு இன்பம் என்பது கிடைக்கவில்லை. அந்த இன்பம் எங்கே கிடைக்கும் என்று தேடித் தேடியலைந்தான். தேடியலைந்தபோது இயற்கை வளம் வாய்ந்த மலைகளின் பக்கம் சென்றான். அங்கே ஓர் ஓசை; 'ஓம்' என்ற ஒலி போல வந்து கொண்டிருந்தது.

மலைகளின் ஊடே சென்றவன் நாம் தேடியலைந்த இந்த ஓசை காதுக்கு இனிமை தரும் ஓசையாக இருக்கின்றதே; இந்த ஓசை எங்கிருந்து வருகின்றது என்று மேலும் ஆராய்ச்சியில் ஈடுபட்டு நிற்கும்போது, எதிரே உள்ள மரத்தில் ஒரு வண்டு துளைபோட்டு மரத்தின் உள்ளே போவதும், வருவதுமாக இருந்ததைக் கண்டான். இந்த 'ஓம்' என்ற ஓசை வண்டினிடமிருந்து வருகிறதா? அல்லது மரத்திலிருந்தே வருகின்றதா? என்று ஐயங் கொள்ளலானான். மரத்திலிருந்த வண்டு வெளியே சென்றுவிட்டது.

வண்டு வெளியே சென்றாலும் 'ஓம்' என்ற ஓசை மாத்திரம் நிற்காமல் ரீங்காரமாய் வந்து கொண்டிருக்கின்றதே என்று நினைந்து மரத்தின் சமீபத்தில் நெருங்கினான். அங்கிருந்தே ஓசை உண்டாகின்றது என்றறிந்தான். இன்னும் ஆராயலானான். இது மரமல்லவா! அதிலும் வண்டு துளை போடக்கூடிய மென்மையுள்ள மரமாக அல்லவா இருக்கின்றது! இந்த மரத்திற்கு என்ன மரமென்று பெயர் கொடுக்கலாமென்று எண்ணலானான். மலைக்காட்டில்

வளர்கின்ற பெரும்புல் போன்றிருந்ததனால் இம் மரத்திற்கு 'மூங்கில்' என்றே பெயர் கொடுத்தான். இந்த மரம் உள் துளையுடையதாக இருந்ததனாலேதான் இம் மரத்தை வண்டுகளால் துளைக்க முடிந்தன என்று அறிந்தான். வண்டுகள் துளைத்த வாயின் வழியாகக் காற்று உள்ளே நுழைந்து வெளியே வருவதினாற்றான் இந்த ஓம் என்னும் ஓசை எழுகின்றது என்று பின்னர் அறிந்தான். பற்பல இயற்கையில் அமைந்துள்ள ஓசையின் பெருமையை மனிதன்தான் முதலில் கண்டுபிடித்தான். என்ற அகமகிழ்ச்சியால் ஆனந்தக் கூத்தாட ஆரம்பித்து விட்டான். அப்படியே ஆனந்தக் கூத்தாடிக்கொண்டே மலைகளினூடே பலதிசைகளிலும் சென்றான். எங்குச் சென்றாலும் 'ஓம்' என்ற ஓசையே இவனது காதில் ஒலித்துக் கொண்டிருந்தது. இவன் உண்மையான ஓசையை அறிந்து கொண்டவனாதலால் ஓசை வந்த இடங்களுக்கெல்லாம் சென்றான். ஆயினும் மூங்கில் மரங்களில் சிலவற்றிலிருந்து குறைவான ஓசையும், சில மூங்கில் மரங்களிலிருந்து மிகுதியான ஓசையும் ஒலிப்பதைத் தனது உணர்வால் அறிந்தான். சரி, இன்னும் ஆராய்வோம். என்று எண்ணமிட்டு அம் மூங்கில் மரத்திலிருந்து வந்த ஓசைகளை எல்லாம் ஓர் முறையாக அமைக்க அவாக் கொண்டான். அவ்வாறு அமைத்தால்தான் அவனுக்கும் அவனைப்போன்ற மற்றைய மக்களுக்கும் இன்பந்தரக் கூடியதா யிருக்கும் என எண்ணி எந்த மூங்கில் மரத்திலிருந்து ஓசை வந்ததோ, அதே மூங்கில் மரத்தை வெட்டியெடுத்தான். அதனைச் சிறியதாக்கி வரிசையாகத் துளைசெய்து, அதைத் தன் வாயினாலேயே ஊதி ஓசையை உண்டாக்கினான். அதிலிருந்து பலவகையான ஓசைகள் ஒன்றிற்கு ஒன்று பொருத்தமாகவும் கேட்பதற்கு இனிமையாகவும் உண்டாகிவிட்டது. இந்த ஓசைகட்குப் பெயர் கொடுக்க முனைந்தான்.

சரிகம பதநியென் றேழெழுத்தாற் றானம்
வரிபரந்த கண்ணினாய் வைத்துத்-தெரிவரிய
ஏழிசையுந் தோன்றும் இவற்றுள்ளே பண்பிறக்கும்
சூழ்முதலாம் சுத்தத் துளை !

என்று இசைத் தமிழ் ஆசிரியரால் கூறப்பட்டது போல் குரல், துத்தம், கைக்கிளை, உழை, இளி, விளரி, தாரம், என ஏழு ஓசைக்கும் பெயர் கொடுத்தும், தான் புதிதாகக் கண்டுபிடித்த இந்த இசைக் கருவிக்கு மலையில் உள்ள காடுகளில் "பெரும்புல்" என்று சொல்லப்பட்ட மரத்திலிருந்து உண்டானதால் **"புல்லாங்குழல்"** என்றும் பெயர் தீட்டினான். கிளி, குயில், தும்பி, பூவை முதலிய உயிர்களிடத்தும் இன்ப ஓசையைக் கேட்டான்.இசையினாலேயே எவ்வுயிரிடத்தும் இரக்கங் கொண்டான். இசையினாலேயே இறைவனை வழிபாடு செய்தான். இசையினாலேயே மக்களின் வாழ்க்கையைச் செம்மைப்படுத்தினான். இசையின் இன்பத்தைத் தானும் நுகர்ந்து உலகமும் இசையின் இன்பத்தை நுகரட்டும் என்ற பெருநோக்கங்கொண்டான். ஓம் எனும் ஓசையையும், அதில் பிறந்த ஒலிகளையும், வாழ்த்தி ஓம் எனும் ஓசை போலவே அழியாப்புகழ் எய்திவிட்டான். அவனது ஊக்கத்தினாலும் - அறிவினாலும் ஆராய்ச்சித் திறத்தினாலும், கண்டு பிடிக்கப்பட்ட ஏழு ஓசைகளும் மக்களால் போற்றிவளர்க்கப்பட்டு வருகின்றன. அவனது நினைவின் அறிகுறியாகவே வாழையடி வாழையாக இசைவாணர்கள் எல்லோரும் இன்றும் இசையரங்குகளிலே, **'சரிகமபதநி'** என்ற ஏழிசையினாலேயே இசைத்து இன்புற்று வாழ்கின்றார்கள்.

10. பாபநாசம் சிவன்

தஞ்சாவூர் ஜில்லாவில் இறைவனாகிய சிவபெருமான் நமது முன்னோர்களால் ஆக்கப்பட்ட பல ஆலயங்களிலிருந்து மக்களுக்கு அருள் செய்து கொண்டிருப்பது யாவரும் அறிந்ததே. ஆயினும் சுமார் இருபத்தைந்து ஆண்டுகட்கு முன்னர் நடமாடுங்கோயில் களாகிய மக்களின் எண்ணத்திலும், அன்பிலும், பக்தியிலும் குடிகொண்டு அவர்களுக்குத் தொண்டு செய்த இரண்டு சிவனார்களைப் புகழ்ந்து பேசாதார் இல்லை! என் இளமையில் எங்குச் சென்றாலும், இந்தச் சிவன்களின் பெயரையும் அவர்கள் செய்து வரும் பெரும் பணியையும், நான் கேள்வியுற்றும் நேரிலேயே கண்டும் இன்புற்றிருக்கின்றேன். இந்த இரண்டு சிவனார் யாரென்றால், ஒரு சிவன் தேப்பெருமாள் நல் லூர்ச் சிவன். இன்னொரு சிவன் பாபநாசம் சிவன். இரண்டு சிவன்களும் மக்கள் மனத்தில் வேரூன்றி விட்டார்கள் யான் முதலில் குறிப்பிட்ட தேப்பெருமாள் நல்லூர்ச் சிவன் என்பவர் தஞ்சை ஜில்லாவிலும், ஏன்! தமிழ்நாடெங்கணும் உள்ள ஆலயங்களில் கும்பாபிஷேகம் நடைபெற்றாலும் சரி, விழாக்கள் நடைபெற்றாலும் சரி, தேப்பெருமாள் நல்லூர்ச் சிவன் அவர்கள் ஆங்கெல்லாம் முதலில் தோன்றி விழாக்களில் ஆண்டவனைத் தரிசிக்க வந்த பக்தகோடிகளுக் கெல்லாம் ஜாதி, மத வித்யாசமில்லாமல் உணவை வாரி வாரி, வழங்கி இன்புற்றார்கள். இரண்டாவதாகக் குறிப்பிடும் பாபநாசம் சிவன் அவர்கள் செய்த தொண்டினால் ஒவ்வொரு ஆலய விழாவிலும் ஒவ்வொருவருடைய உள்ளமும் உருகி, பக்தியெனும் கடலில் குளித்து இசையமுதையுண்டு, ஆண்டவனின் அருளை வியந்தும் பேராநந்த மெய்திற்று. அவ்வாறு இன்புற்றவர்களில் அடியேனும் ஒருவன். ஆகவே இவர்களில் முதல் சிவனார் அவர்கள் மக்களுக்கு உண்ண உணவை மட்டும் அளித்தார்கள். நமது

பாபநாசம் சிவன் அவர்களோ "செல்வத்துட் செல்வம் செவிச்செல்வம், அச் செல்வம் செல்வத்துள் எல்லாம் தலை"; "செவிக்குண வில்லாத போழ்து சிறிது வயிற்றுக்கும் ஈயப்படும் என்று திருவள்ளுவனாராகிய பொய்யாமொழியார் புகழ்ந்ததற்கேற்ப, மக்களை மெய்ம்மறந்து நிற்கும்படியாகத் தனது பக்தி, அன்பு என்னும் இரண்டு உணர்ச்சியினாலும் வெளிவந்த பாமாலைகளால் இறைவனுடைய புகழைப் பொழிந்து அர்ச்சனை செய்திருக்கின்றார்.

அத்துடன் பாடல் இயற்றுபவர்கட்கு இசையில் அறிவு குறைவாகவும், இசையில் அறிவுள்ளவர்கட்கு இயற்பகுதியில் அறிவு குறைவாகவும் உள்ளதை நாம் நேரில் காண்கின்றோம்.

நமது சிவனவர்களிடத்தில் இயலும் இசையும் "நான் பெரியவனா? நீ பெரியவனா?" என்று போட்டி போட்டுக் கொண்டு அவர்கள் வாயிலாக இயற்றப் பெறும் பாடல்களில் இரண்டும் முதல் இடம் பெற்றிருக்கின்றன. அதைக் கண்டே நம் நாட்டுச் சங்கீத வித்வான்களெல்லாம், தனது விருப்பை, வெறுப்பை யெல்லாம் விட்டுத் தாம் செய்யும் கச்சேரிகளிலெல்லாம் சிவன் அவர்கள் இயற்றிய பாடல்களை மக்கள் மனமகிழ இசையரங்கில் பாடிப் பெரும் புகழ் எய்தியிருக்கின்றார்கள்.

நம் நாட்டில் இசையரங்குகளில் தமிழிலேயே பாடல்களை இசைவாணர்கள் பாட வேண்டும் என்று மக்கள் மனத்தில் நினைப்பதற்கு முன்னதாகவே சிவன் அவர்கள் தமிழுக்கும் இசைக்கும் பெருந்தொண்டாற்றி யிருக்கின்றார்கள் என்பது நாமறிந்த உண்மையே. பத்துப் பன்னிரண்டு ஆண்டுகளாக நமது நாட்டில் சினிமா என்ற நிழற் படக்காட்சியில் மக்கள் அதிகமான அன்பைக் காட்டி வருகிறார்கள். சினிமாவிற்குத் தான் பொருள் வருவாய் அதிகம். அதற்குக் காரணம் நமது சிவன் அவர்களேதான். ஏனெனில் திருவாட்டி எம்.எஸ்.சுப்புலக்ஷிமி அவர்களும், திருவாளர் எம்.கே.தியாகராஜ பாகவதரவர்களும், இன்னும் மற்றவர்களும், (ஏன்? என்னையும் சேர்த்துக் கொள்கின்றேன்) சிவன் அவர்கள் இயற்றிய பாடல்களைச் சினிமாப்படத்தில் பாடியதினாலேயே சினிமா வானில் பெரும்புகழ் எய்தவும் செல்வாக்கடையவும் முடிந்தது.

இவர்கள் சினிமாவில் பாடிய பாடல்கள் சிறியோர் முதல் பெரியோர்வரை அனைவருடைய உள்ளங்களிலும் மகிழ்ச்சி மிக, ஒலித்துக் கொண்டிருப்பதை நாம் அனைவரும் உணர்வோம்.

சினிமாப்படத்திற்கு முறையே கதை, வசனம், நடிப்பு, பாட்டு ஆகியவை முக்கியம் என்று சொன்னவர்கட்குப் பாட்டு ஒன்றினாலேயே படத்தை மக்கள் ரசிக்கும் படிச் செய்யலாம் என்று அறிவுறுத்தியவர்கள் சிவன் அவர்கள். எனது சொந்த அநுபவத்தில் நிகழ்ந்த ஒரு சம்பவம் எனக்கு நினைவிற்கு வருகின்றது. பேரறிஞர் உயர்திரு. எஸ். எஸ். வாசன் அவர்களால் நிர்வாகம் செய்யப்பட்டு வருகின்ற ஜெமினி ஸ்டுடியோவில் 'நந்தனார்' என்ற படப்பிடிப்பின் போது ஒருநாள் டைரக்டர் ஸ்ரீ முத்துசாமி அய்யரவர்களும், சிவன் அவர்களும், நானும் சேர்ந்து ஒத்திகை பார்த்துக் கொண்டிருக்கும் போது, சிவன் அவர்களுக்கும் முருகதாசர் என்ற முத்துச்சாமி அய்யரவர்களுக்கும் பெரும் போட்டி ஒன்று உண்டாயிற்று. என்னவெனில் தேசிகரை நான் நன்றாக நடிக்க வைத்து விடுகிறேன்; அந்த அளவிற்குத் தேசிகரை நீங்கள் படத்தில் பாடும்படியாகச் செய்ய முடியுமா? என்று சிவன் அவர்களிடத்தில் முருகதாசர் அவர்கள் அறை கூவினார்கள். அதற்குச் சிவன் அவர்கள் மிகப் பொறுமையுடனும் அமைதியுடனும் வினயத்துடனும் "தேசிகரைப் படத்தில் நான் எவ்வளவு உயர்வாகப் பாடும்படிச் செய்கிறேனோ அந்த அளவிற்குத் தேசிகரை நடிக்க வைக்க உம்மால் இயலுமா?" என்று பதிலுக்கு அறை கூவியழைத்தார்.

இருவருக்கும் நடைபெற்ற போட்டியினால் நடிப்பிலும் பாட்டிலும் நான் பெருமுயற்சி எடுக்க வேண்டியவனாகி விட்டேன். இளமையிலிருந்தே சிவன் அவர்களை நன்கு தெரிந்தவனாகையாலும், அவர்களின் இயல் இரண்டிலும் மிகப் பற்றுடையவனாகையாலும், இசை சிவன் அவர்கள் பக்கமே என் மனம் சாய்ந்தது. அவர்கள் என்னை ஒரு மகனாகவும், மாணாக்கனாகவும், எண்ணிப் பாடல்களை எனக்குச் சொல்லும்போது, ஆஹா! என்று ஆநந்தமடைவேன். இயற்பகுதியை ஒருடலாகவும், இசைப்பகுதியை அந்த உடலில் உள்ள உயிராகவும் பாடல்களையமைத்து அவற்றில் ஜீவகளையும், வளைவும். குழைவும் தோன்றும்படியாகப் பத்தரை மாற்றுத்

தங்கத்தினால் உருக்கி எடுத்த சிலையைப் போல் இசை உருவம் அவற்றிற்குக் கொடுத்து எனக்குப் போதிப்பார்கள்.

இப்படி இசைவாணர்கள் அனைவரும் தம்முடைய இசைத் திறத்தை மனம்விட்டு, ஒளிவு மறைவு இல்லாமல் போதிப்பார்களானால் நமது கர்நாடகச் சங்கீதத்தாய் என்ன மகிழ்வடைவாளென்பதைக் கூறவும் வேண்டுமோ! சிவன் அவர்களை ஆசிரியராகவே நினைந்து என்னை மாணாக்கனாகவே கருதி அவர்கள் போதித்த ஒவ்வொரு நுட்பத்தையும், ஊக்கத்துடனும் முயற்சியுடனும், உணர்ச்சியுடனும் பயின்று நந்தனார் படத்தில் பாடியதால்தான் எனக்கும் பெரும் புகழ் கிடைத்தது. முயற்சி திருவினையாக்கும் என்பதை நான் உணரவும் வாய்ப்புக் கிட்டிற்று,

ஆயினும் பேரறிஞர் உயர்திரு. ஸ்ரீ எஸ். எஸ். வாசன் அவர்கள் என்மீது வைத்துள்ள பேரன்பிற்கும் ஸ்ரீ முத்துச்சாமி அய்யரவர்கள் என்னை நந்தனார் படத்தில் நன்கு நடிக்கும்படிச் செய்தமைக்கும் எனது உள்ளங் கனிந்த நன்றியை யான் எவ்வாறு செலுத்த வல்லேன்!

11. இசையின் முடிந்த பயன்

எனது வாழ்க்கையிலேயே இன்றுதான் புண்ணிய முடைய பெரு நாளாகும். ஏனெனில் நான் பல ஆண்டுகள் தங்கி வாழ்ந்து வந்த மதுரை மாநகரில் ஸ்ரீமீனாட்சி ஆலயத்தின் வடக்காடி வீதியில் திருமுறைப் பாடல்களை இன்று பாடும் பேறு பெற்றிருக்கிறேன்.

நான் இப்பொழுதுள்ள நிலைமைக்கு முழுக்காரணம் நான் மதுரையில் வாழ்ந்து கொண்டிருந்த போது நாள் தவறாமல் தேவாரப் பண்களை ஓதிய வண்ணம் பன்முறை இத்திருக்கோயிலை வலம் வந்ததே என்று நிச்சயமாக நம்புகிறேன்.

திருமுறைப் பாடல்கள் தமிழர்களின் மதிப்பிட முடியாக் கருவூலமாகும். இசையறிவின் பயனே திருமுறையை ஓதுவதுதானென்றும் கூறலாம். இப்பொழுது ஓரளவு தமிழுணர்ச்சி மக்களிடம் தோன்றி வளர்ந்து வருகிறது. எனினும் திருமுறைப் பாடல்களும், தேவாரப் பண்களும் அவற்றிற்குரிய உயரிடத்தை இன்னும் பெறவில்லை.

அந்தக் காலத்திலெல்லாம் தேவார இசைக் கலைஞர்கள் நமது நாட்டில் அலட்சியமாக நடத்தப்பட்டனர். தேவாரப் பண்கள் பண்டாரப் பாடல்கள் என எள்ளி நகையாடப் பட்டன. ஒருவர் தேவாரப் பண்ணை நன்கு ஓதினும் அக்காலத்தில் தேவாரப் பாடகருக்குச் சுரமிட்டுப் பாடத் தெரியாதே என்று ஏளனம் செய்து வந்தனர். அப்படியே சுரம் அமைத்துப் பாடினாலும் தெலுங்கு கீர்த்தனையறிவு உண்டா என்று மடக்கிக் கேட்டு வந்தனர். ஆனால் இன்று அது போன்ற நிலை இல்லை. எனினும் நிலைமை முற்றுந்திருந்தியதாகக் காணோம்.

பொருளற்ற பாடலும் முறையற்ற இசையும், நமது நாட்டின் இசைத் திறத்தையும், தரத்தையும் தமிழ்த்திரை உலகில் குறைத்து வருகிறது. பொருளற்ற பாடல்களும் முறையற்ற இசையும் திரையுலகில் விரைவாகப் பரவி வருகிறது. தமிழகத்தில் தமிழர் சமுதாயம் நலிந்திருக்கிறது. தமிழர் ஒழுக்கம் குன்றியுள்ளனர். பண்பாடு அருகி வருகிறது. தமிழர் சமயம் செல்வாக்கிழந்து கிடக்கிறது. அதுபோலவே இசையின் தரமும் குறைந்து வருகிறது.

ஆகவே நமது தமிழிசைக்கே போதிய ஆதரவு தந்து வளர்க்க வேண்டியது தமிழ் மக்களுடைய கடமையாகும். ஏனெனில் தமிழும், தமிழிசையும் வாழ்ந்தால் தான், தமிழர்களாகிய நாம் வாழ முடியும்! தமிழ் நாடு வாழ முடியும்!

தமிழகத்தில் இளைஞர்களிடையே சமய உணர்வு குன்றி வருவதாகக் குறை கூறப்படுகிறது. இதற்கு யார் காரணம்? யாரை நோவது? நம்மை நாமேதான் நொந்து கொள்ள வேண்டும். தமிழர் சமயத்தின் அரிய நுண் கருத்துக்களை எளிய தமிழில் இளைஞரை ஈர்க்கும் நடையில் தமிழ் நாட்டில் நாம் பரப்ப வேண்டும். பேதி மருந்தின் மீது இனிப்புச் சர்க்கரையைத் தடவித் தருவது போல நுண்ணிய கொள்கைகளை இயல்பான இன்மொழியில் பரப்புதல் வேண்டும்.

இச்சமயப் பணியுடன் தேவாரத் திருமுறைப் பாடல்களையும், தமிழகத்தில் முழக்கி வந்தால் தமிழர் வாழ்க்கையில் நிச்சயம் மறுமலர்ச்சி ஏற்பட்டே தீரும். பிறகு தமிழரின் பேச்சிலும் எண்ணத்திலும் உணர்விலும் தமிழ் முழக்கம் எழுவதைக் காணலாம்.

12. குமார எட்டேந்திரா

மஹாகவி பாரதியாரின் வீர முழக்கம் ஒலித்த பின்னர்தான், நம் நாட்டு மக்களின் நினைவு எட்டையாபுரம் நோக்கிச் சென்றது என்று சொல்லலாம். பாரதியாரையே மறக்கக் கூடிய திறமை கூட நமக்கிருக்கும் போது நினைவை விட்டு எட்டையபுரம் சிறிது காலம் நழுவியது வியக்கத் தக்கதன்று.

அருங்கலைகட்கு இருப்பிடமாயிருந்த எட்டையபுரம் புத்துயிர் பெற்றதற்கு ஸ்ரீ சுப்பிரமண்ய பாரதியாரே தூண்டு கோலாவார். நினைவு அலைகள் ஒன்றன் பின் ஒன்றாகக் கரை புரளுகின்றன. பாரதியார் நினைவு விழா, பாரதியார் மண்டபத் திறப்பு, முத்துசாமி தீட்சிதரின் நினைவு நாள், இசை விழா ஆகிய பெரு நாட்களை மாறி மாறி மக்கள் கொண்டாடி வருகிறார்கள்.

இந்த மகிழ்ச்சி நிறைந்திருக்கும் இந்நாளில் எட்டைய புரத்தையும், மற்றும் இசையினை நுகர்ந்தின்புறுவோர்களைப் பற்றியும் நம் மனத்தில் எண்ணங்கள் தோன்றுவது இயற்கை தானே.

எட்டையபுரம் அரசாட்சியின் இசைப் புலவராயிருந்து 'சங்கீத சம்பிரதாய பிரதர்சனி'-என்ற இசை நூலைத் தேரற்றுவித்த சுப்பராம தீட்சிதரைப் பற்றிச் சென்னை வானொலி நிலையத்தில் இரண்டொரு வாரங்கட்குமுன் பேச்சு நிகழ்ந்தது. இதைத் தொடர்ந்து இசையினது இன்பத்தைத் தனது பேரறிவின் திறத்தினால் நுகர்ந்து இன்ப மெய்திய ஜெகதீஸ்வர இராம குமார எட்டேந்திரரின் முத்தமிழ்த் தொண்டினை ஆராய்கின்ற வாய்ப்பும், பெருமையும் எனக்குக் கிடைத்தது. அதே சமஸ்தானத்தில் இசைப் பணியாற்றி வரும் எனக்கு அது முதற் கடமையுமாகும் என்றே கருதி மகிழ்கின்றேன்.

குமார எட்டேந்திரரின் பரம்பரைப் பெருமையைத் தெரிந்து கொண்டால் இவரது தனிப் பெருமை தெற்றென விளங்கும். இதற்கு முத்துச்சாமி தீட்சிதரவர்களால் இயற்றப் பெற்ற மேகரஞ்சனி இராகத்தில் அமைந்துள்ள இசைப் பாடலே தக்க சான்று. 'வெங்கடேஸ்வர எட்டப்ப பூபதீம் ஆஸ்ரயே ஹம்' என்ற இசைப் பாட் டினில் வெங்கடேஸ்வர எட்டப்ப பூபதி யவர்களை முத்துச் சாமி தீட்சிதரவர்கள் புகழ்ந்து பாடியிருக்கின்றார்கள். "நலமிலாதானை நல்லனே என்று நரைத்த மாந்தரை இளையனே, குலமிலாதானைக் குலவனே என்று கூறினும் கொடுப்பாரிலை" என்றும், "கற்றிலாதானைக் கற்று நல்லனே காமதேவனை ஒக்குமே, முற்றிலா தானை முற்றனே என்று மொழியினும் கொடுப்பாரிலை" என்றும் "எள் விழுந்து இடம் பார்க்குமாகினும் ஈக்கும் ஈகிலானாயினும், வள்ளலே எங்கள் மைந்தனே-என்று வாழ்த்தினும் கொடுப்பாரிலை" என்றும் இறைவனைப் போற்றிப் புகழ்ந்த வாயால் மக்களைப் புகழ்ந்து பாடவே வேண்டாமென நால்வரில் ஒருவராகிய சுந்தரமூர்த்தி சுவாமிகள் அருளிய தேவாரப் பாடல்களைக் காண்கின்றோம். அதைப் போன்று இசையின் பண்பாட்டை முற்றும் உணர்ந்த மூவரில் ஒருவராகிய தியாகராஜ சுவாமிகள் இராமனது அருள் எனக்கு இருக்கும்வரை அரசர் அளிக்கின்ற நிதி தனக்கு வேண்டாமென உதறித் தள்ளி விட்டார். அறிவில்லாத, ஒழுக்கமில்லாத செல்வம் படைத்தவர்களிடம் என்னைக் காட்டிக் கொடாதே. ஓ ! ஜெகதம்பா, என்று இறைவியை ஆனந்த பைரவி இராகத்தில் அமைக்கப் பெற்ற இசைப்பாட்டினில் சியாமா சாஸ்திரிகள் குறிப்பிட்டிருக்கின்றார்.

இறைவனின் அருள் பெற்ற இசைப் புலவரான தீட்சதரவர்கள் மட்டும் மேற்சொன்ன இரண்டு இசைப் புலவர்களுக்கு விலக்கானவரா? இல்லை. கார்த்திகேயனது அருளைப் பெற்றவர்களான எட்டையபுர சமஸ்தானாதிபதிகளை மற்ற மக்களைப் போன்று எண்ணாமல் அறிவுடை மக்களாகவே கருதித் தீட்சதரவர்கள் புகழ்ந்தார்கள் என்று கொள்ள வேண்டும்.

முத்துச்சாமி தீட்சதருக்குப் பின் தோன்றிய பாலுசாமி தீட்சதர், சுப்பராம தீட்சதர் முதலானோர் பல தான வர்ணங்கள்,

தருக்கள், சவுக்க வர்ணங்கள் இராக மாலிகைகள் முதலியன இயற்றியுள்ளார்கள். செல்வம் படைத்தவர்கள் இசைவாணர்களை ஆதரிக்கத்தான் முடியும். அதற்கு இசைவாணர்கள் தனது நன்றியை அளிக்கும் முறையில் செல்வம் உடையோரைப் புகழ்ந்து பாடத்தான் வேண்டும் என்று இழிவான முறையில் இசைவாணர்களையும் இவர்களாலியற்றப்பட்ட பாடல்களையும் சொல்ல முடியாது. ஏனெனில் இப்பாடல்களைக் கேட்டுச் சுவைத்த ரசிகர்கள் மட்டுமின்றி இசையைத் தொழில் முறையாகக் கையாண்ட இசைவாணர்களும் இப்பாடல்களைப் பெரிதும் போற்றிப் பாராட்டியுள்ளார்கள்.

இவ்வாறாக உருவாகிய இசைப் பாடல்களில் இசை இலக்கணங்கள் சிறப்பாக அமைவு பெறாவிடில் இசை யுலகம் ஏற்றுக் கொள்ளாது. எட்டையபுரம் சமஸ்தானாதிபதிகள் வெறும் பணம் படைத்தவர்கள் மட்டுமின்றி இயற்பகுதியிலும் இசைப் பகுதியிலும் பெரும் புலவர்களாகவும் விளங்கினார்கள். குமார எட்டேந்திரரின் தந்தையாரவர்கள் சிவகுருநாதனை, முகாரி இராகத்தில் அமைந்த இசைப் பாவினால் துதித்தவர். குமார எட்டேந்திரரின் உடன் பிறந்தவர்களால் இயற்றப்பெற்ற முருகா உனை நம்பினேனையா-என்ற இசைப் பாடல் ‘ருத்ரப்ரியா’ என்னும் இராகத்தில் அமைந்துள்ளது. கி.பி. ஆயிரத்து எண்ணூற்றுத் தொண்ணூற்றொன்பதாம் ஆண்டில் பட்டம் சூட்டிக் கொண்ட ஜெகதீஸ்வர வெங்கடேஸ்வர எட்டப்பாவின் இசைத் தொண்டானது நிகரற்று விளங்கியது. கமாஸ் இராகத்தில் - முருகா தருகிலையா- என்ற பாடலும்- வா வா வா நீ வள்ளி மணாளா-என்ற பாடலும் பைரவி இராகத்தில் அவர் இயற்றியவை. எனவே இவருடைய பெரு முயற்சியினாலேதான் முத்துச்சாமி தீட்சதரவர்கள் உள்ளிட்ட இயல் இசைப் பெரும் புலவர்களினது பாடல்கள் சுரதாளக் குறிப்புடன்- ’சங்கீத சம்பிரதாய பிரதர்சனி’- என்ற பெயரில் இசை நூலாக வெளி வந்தது.

மிகப் பெருமை வாய்ந்த ரசிகப் பரம்பரையிலே தோன்றித் தமது தந்தை வெங்கடேஸ்வர எட்டப்பாவுக்குப் பின் சமஸ்தானாதி பதியானார் குமார எட்டேந்திரர். இவர் இயற்றிய பதின்மூன்று

இசைப் பாடல்களும் சங்கீத சம்பிரதாய பிரதர்சனியில் சுரதாள கமகக் குறிப்புகளுடன் அச்சாகியுள்ளன. இப்பாடல்களெல்லாம் 'கார்த்திகேய' என்ற முத்திரையுடையவை. நாட்டை, நீலாம்பரி, தோடி, முகாரி, எதுகுலகாம்போதி, சாவேரி, அடானா, ஸ்ரீராகம், சுரட்டி முதலான இராகக் கீர்த்தனங்களுடன், பிருந்தாவனி அதாவது பிருந்தாவன சாரங்கா என்ற இராகத்திலும் ஒரு பாடலியற்றியுள்ளார். இவைகளில் நீலாம்பரி இராகத்திலுள்ள 'கருணா நந்தசதுர' என்ற பாடலை மிகவும் இனிமை தவழும்படியாகக் காலஞ் சென்ற நாதசுர வித்வான் திருப்பாம்புரம் திரு. நடராஜசுந்தரம் பிள்ளையவர்களும், அவருடைய வழி வந்தவர்களும் கையாண்டு வந்தார்கள்.

மற்றொரு உயர்ந்த முறையில் அமைந்த பாடல் தோடி ராகத்தில் 'கஜவதனா ஸம்மோதி தவீர'-என்ற எடுப்பை முதலாகக் கொண்டது. வீணை தனம்மாள் அவர்கள் இந்தக் கீர்த்தனையை வீணையில் இசைத்துப் பாடுவதைக் கேட்டவர்கள் மிகுந்த பாக்கியசாலிகளாவர். இப்பாடலின் முக்தாயி சுரத்தை மிகவும் இராக பாவத் துடன் பாடுவார்கள். இந்த முக்தாயி சுரத்தை முத்துச் சாமி தீட்சதரவர்களின் மூன்றாவது உடன் பிறந்தாராகிய பாலுசாமி தீட்சதரவர்கள் காந்தார எடுப்புடன் சதுரஸ்ர நடையில் அழகாகச் சேர்த்திருக்கின்றார்கள். சாவேரியிலுள்ள 'நித்யானந்த கார்த்திகேய' என்ற பாடலும்-சுரட்டி இராகத்தில் 'சிவாநந்த ராஜயோக ப்ரகாச'-என்ற கீர்த்தனையும் சிறிது பழக்கத்தில் உள்ளவை. தமது முன்னோர்களைப் போன்று குமார எட்டேந்திரரும் தமது இசைப் பாடல்களைத் தமிழில் இயற்றியதாகத் தெரியவில்லை. ஆயினும் அவர் கலை வளர்ச்சிக்குச் செய்து வந்த பணியின் சிறப்பைச் சுப்பராம தீட்சிதரவர்கள் பிரதர்சனியில் தந்துள்ள குறிப்பு களிலிருந்து அறிந்து கொள்ளலாம். இவர் காவிய நாடக அலங்காராதிப் புலமையிற் தேர்ந்த வல்லுநர். ஷட்சாஸ்திர மரியாதை அறிந்த பெரியார். இசையின் லட்சிய லட்சணங்களை நன்குணர்ந்த யாழிசை அறிஞர். ஆந்திர திராவிட மொழிகளை ஐயமின்றிக் கற்றுணர்ந்த பெரும் புலவர். கணபதி முதலான தெய்வங்களைப் போற்றி வணங்கிப் பல சூர்ணிகைகளையும்,

சுலோகங்களையும் அநேக இனிமை தவழும் இராகங்களில் இயல் இசையின் நுட்பங்கள் நிறைந்த பாடல்களையும்-ஸ்ரீ கார்த்திகேய- என்ற அடையாளத்துடன் இசைப் பாடல்களையும் ஆக்குவித்த பெருந் தலைவர். இன்னும் இவர் கடிகைப் புலவர், மூக்குப் புலவர், பரமசிவப் புலவர், நமச்சிவாயப் புலவர், பாண்டியப் புலவர் முதலான பெரும் புலவர்களைப் பெருமையுடன் ஆதரித்து வந்த வள்ளல்.

புவிராசர் புகழிசைக்கும் எட்டேந்திர
பூபாலன் எந்நாளும் போற்றி வாழும்
சிவராசர் கழுகுமலைக் கார்த்திகேயர்
திருவிளையாடலை ஒரு நாடகமாப்பாட
தவராசர் மகிழ் வீரவாகு தேவர் தம்பி
லக்ஷுத் தெண்மர்கள் முத்தமிழாராய்ந்த
கவிராசர் நால்வர்களும் நமச்சிவாயக்
கடிகையான் சொற்கவிக்குக் காப்புத்தானே.

என்ற வல்லீபரதத்திலுள்ள எண்சீர் அடி ஆசிரிய விருத்தமே குமார எட்டேந்திரர் முத்தமிழுக்காற்றிய பணிக்குச் சான்று. வல்லீபரதம் என்னும் நூல் ஒரு நாட்டிய நாடகம். ராஜ ஜகதீஸ்வர ராம வெங்கடேஸ்வர எட்டப்பரின் ஆணைப்படி வல்லீபரத நாடகப் பதங்களுக்கு இசையமைப்புக்களையும், முக்தாயி சுரங்களையும், சுப்பராம தீட்சிதரவர்கள் அமைத்தார்கள். இதில் எண்பதுக்கு மேற்பட்ட பாடல்களிருக்கின்றன. தரு, கண்ணிகள், தில்லானா, லாலி முதலியவை அடங்கியிருக்கின்றன. நாடகத்தின் அச்சுப் பிரதிகள் இப்போது கிடைப்பதில்லை. அடிக்கடி நாம் ஆடல் அரங்குகளில் கேட்டு வரும்-மாமோஹ லஹரி மீறுதே என்ன செய்குவேன்- என்னும் கமாஸ் இராகத் தருமட்டும், சங்கீத சம்பிரதாய பிரதர்சனியில் சுரதாளக் குறிப்புகளுடன் அச்சிடப் பட்டிருக்கின்றது. ஆனால் பிரதர்சனியும் இப்போது கிடைப்பது குதிரைக் கொம்பாகி விட்டது. இசையும் கேட்போரும் பெருமைப்படத்தக்க வகையில் வளர்ந்துவரும் இந்நாளில் மறைந்து வந்து கொண்டிருக்கும் இயல் இசை நுட்பங்கள் நிறைந்த பழமை மிகுந்த இசைப் பாடல்களை நம் நாட்டில் பரவச் செய்ய வேண்டியது பெரும் பணியாகும்.

குமார எட்டேந்திரரின் வாழ்க்கை வரலாற்றைப் பற்றிய சில சுவையான குறிப்புத் துணுக்குகள் எட்டயபுரம் அரண்மனை யிலிருந்து கிடைத்துள்ளன. ஒருசமயம் கடிகைப் புலவர் இராமநாதபுரம், ஊற்றுமலை முதலிய ஜமீன்தார்கள் வாழும் ஊர்கட்குச் சென்றிருந்தார். ஊற்றுமலைப் பெண்களைப்பற்றி பருவபதம் எனப்படும் ஏழுவகைப் பருவங்களை அதாவது பேதை, பெதும்பை, மங்கை, மடந்தை, அரிவை தெரிவை, பேரிளம்பெண் என்ற முறையினுக்கேற்ப ஒரு நூலியற்றிய பின்னர் எட்டயபுரம் வந்து சேர்ந்தார். அப்போது எட்டேந்திரர் இதுகண்டு கடுஞ்சினங் கொண்டு கடிகையாரே தங்களின் திறமைகளையெல்லாம் வீணே இறைத்து விட்டீரே என்று கடிந்தார். உடனே கடிகையார் பொறுமையுடன் வேந்தே ! மன்னிக்க வேண்டும்; தாங்கள் என்னை அவ்வாறு நினைப்பது கூடாது. ஊற்றுமலையில்யான் இயற்றிய நூலானது சிறு துளியே; தங்கள் மீது பாடுவதற்குச் சமுத்திர அளவு செயல்கள் உள்ளன என்று சொல்லிக் குமார எட்டேந்திரர் பெயரில் சமுத்திர விலாசம் என்ற பெரு நூலைக் கடிகையா ரியற்றினார்.

மற்றுமோர் தருணம் வெளியூர்கட்குச் சென்று எட்டய புரத்திற்குத் திரும்பி வந்த சமயத்தில் கற்றுக் குட்டிப் புலவர்கள் சிலர் வம்பளந்து கொண்டிருந்ததைக் கண்ட கடிகையார் குமார எட்டேந்திரரிடம்

“சிங்க மிருந்து ஜெயஸ்தம்பம் நாட்டுகின்ற
சங்கமெனும் எட்டபுரந்தனில் எட்டா-குமார
எட்டாயான் இல்லாதது பயல்கள் இங்கே
இட்டது சட்டமாகி விட்டது.”

என்று உரிமையுடன் பாடினார். இது மட்டுமின்றி எட்டயபுர சமஸ்தானாதிபதிகளின் வழிவந்த வெங்கடேஸ்வர எட்டப்ப பூபதியவர்கட்கு, மஹாகவி, சி. சுப்ரமணிய பாரதியாரவர்கள் எவ்வாறு சீட்டுக் கவிகள் விடுத்துள்ளார்களென்பதைக் கீழே காண்கின்ற பாடல்களால் அறியலாம்.

பாரிவாழ்ந் திருந்தசீர்த்திப் பழந்தமிழ் நாட்டின்கண்ணே
ஆரிய நீயிந்நாளில் அரசுவீற் றிருக்கின்றாயால்

காரியம் கருதிநின்னைக் கவிஞர்தாம் காணவேண்டின்
நேரில் அப்போதேஎய்தி வழிபட நினைகிலாயோ

விண்ணள வுயர்ந்தகீர்த்தி வெங்கடேசு ரெட்டமன்னா
பண்ணள வுயர்ந்ததென்பண் பாவள வுயர்ந்ததென்பா
எண்ணள வுயர்ந்தவெண்ணி விரும்புகழ்க் கவிஞர்வந்தால்
அண்ணலே பரிசுகோடி அளித்திட விரைகிலாயோ

கல்வியே தொழிலாக்கொண்டாய் கவிதையே தெய்வமாக
அல்லுநன் பகலும்போற்றி யதைவழி பட்டுநின்றாய்
சொல்லிலே நிகரிலாத புலவர்நின் சூழலுற்றால்
எல்லினைக் காணப்பாயும் இடபம்போல் முற்படாயோ

கல்வியையும் கவிதையினையும் தெய்வமாகப் போற்றி வழிபாடு செய்திருக்கின்றார்களென்பதை இவற்றால் அறிகின்றோம். தமிழ்ப் புலவர்கள் மட்டும் இன்றிப் பல சம்ஸ்கிருத, தெலுங்குப் புலவர்களும், இசையில் தலை சிறந்த இசை வாணர்களும் எட்டேந்திரருடைய அவையினை அணி செய்திருந்தார்கள். இவர்கள் விட்டுச் சென்ற பாடல்களைப் பரவச் செய்ய வேண்டியது நம் கடமை யாகுமல்லவா !

13. இசையரங்குகளில் வெற்றிபெற?

இசை இந்நாடு போற்றிய தூய இனிய கலைகளுள் ஒன்று. நாமனைவரும் பெருமைப் படவேண்டிய அளவு வளர்ந்திருக்கும் பெருங்கலையுமாகும். இசை தான் தோன்றிய நாள் தொடங்கி, இடம், காலம், மக்களின் மனநிலை ஆகியவற்றிற் கேற்றவாறு வளர்ந்து வந்திருக்கின்றது. இனியும் அவ்வாறே தான் வளரும். இசை ஈறிலா இனிய கலை - வளரும் கலையென்பதை நாம் மறத்தல் கூடாது. இவர் பாடிய அளவு தான் இந்த பண்ணின் எல்லை, இந்தக் காலத்துப் பாடப்பட்ட முறைதான் இந்தப் பாட்டைப் பாடும் முறையென்றெண்ணும் வரையறைக் குட்பட்டதன்று இசைக்கலை. மனிதனின் கற்பனைத் திறம் செல்லுமளவும் வளர்ந்து செல்லும் கலை இசைக்கலையாம்.

இத்தகைய வளருங் கலைக்குக் கிளரும் உள்ளத்தோடு தொண்டு செய்யும் வாய்ப்புப் பெற்றோர் உண்மையிலேயே பெரும்பேறு பெற்றோராவர். இசைக்கலைக்குத் தொண்டு செய்ய வேண்டுமென்னும் எண்ணமிருந்தும் வாய்ப்புப் பெறாது பலர் வாடுகிறார்கள். ஓய்வு பெறும் பொழுதெல்லாம் இசைத் தொண்டு புரிந்து மனம் மகிழ்வு கொள்வார் சிலர். இந்நிலையில் வாழ்நாள் முழுவதையும், முழு நேரத்தையும் இக்கலைக்கே தொண்டு புரிவார் பேற்றை என்னென்று சொல்வது! இவர் வாழ்க்கையே இசைத் தொண்டாக இருக்கிறது. இசைத் தொண்டே இவர் வாழ்க்கையாக இருக்கிறது. இவர் வாழ்க்கையின் வளர்ச்சி, சிறப்பு ஆகிய அனைத்தும் இவர் செய்யும் இசைத் தொண்டின் வளர்ச்சி, சிறப்பு ஆகியவற்றைப் பொறுத்து அமைந்திருக்கின்றது. இசைத் தொண்டிற்கு வாழ்க்கையே தவிர, வாழ்க்கைக்கு இசைத் தொண்டல்ல என்பதை இசைப் புலவர்கள் உணர வேண்டும். உணர்ந்து தொண்டு புரிந்தால் இசையும் வளரும்; அவர் வாழ்வும் வளமாக மலரும். ஏனைய

கலைகள் போன்று வறுமையளித்துச் சோதனை புரியும் கலையன்று இசைக் கலை. வாழ்வளிக்கும் கலை இசைக் கலை. இதனை இசைப் புலவர்கள் உணர்ந்து தொண்டு புரிவார்களாக!

“இசைப் புலவர்” எனப் பட்டங்கள் தந்து கழகங்களும் மன்றங்களும் போற்றலாம். பல்கலைக் கழகங்களும் பட்டங்கள் தந்து பாராட்டலாம். கட்டுப் பாடாக ஒரு. சிலர் “இவரினும் மிக்கார் யாருமில்லை” யென்று செல்லுமிடமெங்கணும் சொல்லியும் வரலாம். எனினும் இந்தப் பட்டங்களும், பாராட்டுகளும், விளம்பரங்களும் அவையில் இந்த இசைப் புலவர்களை அவைப் புலவர்களாக்குவதில்லை. பலர் இசையின் பலவகைப்பட்ட நுட்ப திட்பங்களை ஐயந்திரிபற அறிவார். ஆனால் பாட அறியார். பலர் நன்றாகப் பாடுவர்; ஆனால் பண்ணின் திறமறியார். பண்ணின், திறமும், பாடும் ஆற்றலும் ஒருங்கமையப் பெறுதல் மிக அரிது. அவ்வாறு அமையப் பெறுமேல் அதனையே பொன்மலர் நாற்றமுடைத் தெனலாம். இவ்வாறு இருதிறமும், ஒருங்கமையப் பெற்றோரே அவைக் களங்களில் இசைப் புலவர்களாய் இனிது வீற்றிருப்பர்.

இசையரங்குகளில் இசைப் புலவர்கள் வெற்றி பெறப் பாடச் சில இன்றியமையாச் சாதனங்களும் தேவைப்படுகின்றன. அரங்குகளும் ஒலிபெருக்கிகளும் சிறப்பாக அமைக்கப்பட வேண்டும். அரங்குகள் இசை நிகழ்ச்சிக்கு ஏற்றனவாதல் வேண்டும். நாடகத்திற்கென அமைக்கப்பட்ட மண்டபங்களிலும், திறந்த வெளிகளிலும் இசை நிகழ்ச்சி சிறந்து விளங்குவதில்லை. ஏனெனில் இசை மிக நுண்ணிய கலை. இசைக்கெனத் தனி மண்டபங்களும் இந்நாட்டில் தேவைப்படுகின்றன.

அரங்குகளிலே இன்னிசை நிகழ்த்துவோர் ஓருண்மையை நினைவிற் கொள்ளுதல் வேண்டும். அது கேட்போரைப் பற்றியது. இன்னிசை கேட்க வருவோர் பல திறத்தோராவர். இசை நுட்ப மறிவோரும், ஓரளவு உணர்வோரும், இசையறியாதோரும் ஆவர். அவர் இன்னிசை நிகழ்த்தும் இசைப் புலவரை முன்னமே அறிந்தோரும், அறியாதோரும், அவருள் இருப்பர். இவர்கள்

அனைவரையும் தனது இன்னிசையால் இன்பம் ஊட்டுவிக்கும் பொறுப்பு இசைப் புலவரைச் சார்ந்ததேயாகும். பெயர் பெற்ற இசைப் புலவர்களும் இதனை யுணர வேண்டும். தாம் முன்னர் பெற்ற புகழின் நிழலிலே எளிதாக இசைபாடி இவர்கள் செல்லுதல் ஆகாது. செல்வாராயின் இப்புலவர்களை முன்னமே யறிந்த ஒரு சிலரைத் தவிர அறியாத பலர் இவரைப்பற்றி நல்லெண்ணங் கொள்ள மாட்டார்கள். பழைய பெருமையை எத்துணை நாட்கள் தான் இவர்களால் செலவு செய்து கொண்டு வாழ முடியும். மேடையேற வேண்டாத நிலை நாளடை வில் இவர்கட்கு வருதலுங் கூடும். எனவே பெயர் பெற்ற புலவர்களாயினும் பெறாதோராயினும், கேட்போர் தொகை சிறிதாயினும், பெரிதாயினும் அவரை மதித்து மகிழ்விக்கும் பொறுப்பு இசைப் புலவர்க்கு இருக்க வேண்டும். பண்ணின் திறம் பாடுந் தமது ஆற்றல் ஆகியவற்றை மட்டுமே கருதி முன்னிருந்து கேட்போரின் தரமறியாது தமது முழுத்திறமையுங் கொண்டு பாடிக் கொண்டே போவார்களானால் இசைத் திறம் அறிந்த ஒருசாரார் இப்புலவர்களை மதிப்பரே யன்றிப் பெரும்பாலோராக விருக்கும் மற்றையோர் இவரை மதியார். காலத்திற்கேலாதவர், "அவையறியும் சுவையற்றவர்" என்றெள்ளி இகழவுஞ் செய்வர்.இவர் இன்னிசை நிகழ்த்தும் அரங்கங்களைக் கண்டாலே அச்சமுறுவர்.

மக்களுக்குத் தெரிந்த பாடல்களையே பாடிக் கைதட்டல் பெறும் கருத்துடைய இசைப் புலவர்களும் உளர். கேட்போர்களில் இசைத் திறம் அறிந்தோர் இவரைஇசை ஏது மறியாதவர் என்றெள்ளிச் சிறுமைப் படுத்துவர். எனவே இசைப் புலவர்களின் பொறுப்புப் பெரிதாகின்றது. பண் நுட்பமுடைய பாடல்களையும் பாமரரும் மகிழ்ந்து பாராட்டும் பாடல்களையும் அவையோர் வேண்டும் பாடல்களையும் இசைப் புலவர்கள் பாடியாக வேண்டும். பண் திறமுடைய பாட்டாயினும் பாடுவோர் இசையிலும், பொருளிலும், குழைந்து, கனிந்து பாடவேண்டும். குழையும் உள்ளத்திற்கே மற்றையோர் உள்ளங்களைக் குழையச் செய்யும் ஆற்றலுண்டு. ஆகவே பாடுவோர் உள்ளுருகிப் பாடினாலன்றிக் கேட்போர் உள்ளங்களை உருகச் செய்தலாகாது. எவ்வாறாயினும்

கேட்போரைத் திருப்தி செய்ய வேண்டுமென்னும் எண்ணம் புலவர்கட்கு வேண்டும். ஒவ்வொரு இசையரங்கிலும் இசையறியாத ஒரு சிலரேயேனும் இசைத் தொண்டர்களாக்க வேண்டும். இசைப் புலவர்கள் இந்தத் தொண்டு செய்கிறோமென்ற மகிழ்வோடே இன்னிசை நிகழ்த்த வேண்டும்.

இசை அழகிய கலை, அழகுக்கலையை நினைந்து உணர்ந்து வழிபடுவோர் அழகு பெறுவர். இசைப் புலவர்களிலே சிலர் கண்களுக்கு இனியராக இருப்பர்: கேள்விக்கு இன்னாதவராக இருப்பர். சிலர் கண்களுக்கு இன்னா தவராயிருப்பர்; கேள்விக்கு இனியராயிருப்பர், இரண்டிலும் இனியராக விருப்பார் மிகச்சிலர். எனவே இன்னிசை நிகழ்த்துவோர் அரங்குகளிலே சித்திரப் பாவையின் அத்தக அடங்கியிருந்து பாடவேண்டும். உடற் குற்றங்களாகிய பத்துக் குற்றங்களும் பற்றாது அழகு பொருந்த இருந்து பாடவேண்டும்.

பக்கவாத்யங்கள் வாய்ப்பாட்டிற்குத் துணை செய்வதாக அமைய வேண்டும், வாய்ப்பாட்டே முதன்மையானது, பக்க வாத்யங்கள் துணைக் கருவிகளே என்றெண்ணுமாறு இசைவிருந்து நடைபெற வேண்டும். வாய்ப்பாட்டின் உயர்வுக்கு-சிறப்பிற்குப் பக்கவாத்தியங்கள் துணை செய்ய வேண்டும். பக்கவாத்யக் காரர்களின் ஒத்துழைப்பு மிக மிக வேண்டும். வாய்ப்பட்டுக் காரர்கள் பக்க வாத்யங்களின் அருமை பெருமையை மக்கள் உணர இடந்தர வேண்டும். அதனையே வாய்ப்பாகக் கொண்டு பக்கவாத்ய இசையையே முதன்மையானதாக ஆக்கி விடுதலும் நன்றன்று. இசையரங்கினுள் தோழமை உலாவவேண்டும். ஒத்துழைப்பும் ஊக்கமும் களிநடம் புரிய வேண்டும். அவ்வாறு களி நடம்புரியின் இசையமுது எங்கும் வழிந்து பரந்து இன்பம் பயக்கும்.

14. ரேடியோக் கச்சேரி

ரேடியோ தொண்டு மக்களின் நலங்குறித்துச் செய்யும் அளவிடற்கரியதாம். மக்களின் அறிவை வளர்ப்பதைப் போலவே மனப்பண்பையும் வளர்க்க ரேடியோ செய்யும் பெருந்தொண்டு பாராட்டும் வகையில் அமைந்துள்ளது. இசை மனத்தை மென்மைப் படுத்தும்; மாண்புடையதாக ஆக்கும்; மனிதனை மனிதனாக வாழச் செய்யும். தேவருலக இன்பத்தினையும் இவ்வுலகிலேயே அவனுக்குக் கூட்டுவிக்கும். பலபல சமயங்களிலே பலபல துறைகளிலே இருந்து வருந்திப்பெறும் தன்னை மறத்தலாகிய பேரின்பத்தை இசை எளிதில் கூட்டுவிக்கவல்லது. இசை வாய்ப்பாட்டு ஓசையாகவும் வரலாம்; வீணை முதலிய கருவிகளினின்றும் வெளித் தோன்றலாம். எனினும், இரண்டும் கூட்டுவிப்பது தன்னை மறத்தலாகிய பேரின்பமேயாகும். இத்தகைய பேரின்பத்தை இரண்டொரு மணிநேரம் இருந்து அநுபவிக்க வாய்ப்பளிப்பன தான் கச்சேரிகள். இவ்வகையில் ரேடியோவில் கச்சேரிகள் அமைந்திருப்பது பாராட்டப்பட வேண்டியதொரு செயலாம்.

காலையிலிருந்து மாலைவரை பண வரவு செலவு குறித்து மூளையைக் குழப்பிக் கொண்டு கிடந்த தனவந்தர் ஒருவர் ஓடோடிச் செல்கின்றார் வீடு நோக்கி. உள்ளம் அயர்ந்து கிடக்கின்றது. ஆகையால் உடலும் தளர்ச்சியுறப் பெற்றார். அயர்வைப் போக்கத் தவித்தார் மனிதர், கடற்கரை முதலிய விடங்களுக்குச் சென்று அயர்வைப் போக்கிக் கொள்ள உடல் இடந்தரவில்லை. ஆகையால் அருகில் இருந்த ரேடியோவைத் திருப்பிவிட்டு உட்கார்ந்தார். அன்று நல்ல கச்சேரி; ஒன்றரை மணிநேரம் நடைபெற்றது. உடல் அயர்வு உள்ளத்தின் அயர்வு உள்ளத்தின் உள்ளேயுள்ள கருவின் அயர்வு ஆகிய அனைத்தும் போக இசையமுதை யுண்டார். ஒன்றரை மணி நேரம் கழிந்தபின்

உள்ளம் முதலியன எழுச்சியுறப் பெற்றார். பிறகு வரவு செலவு கட்டு இருக்குமிடம் நோக்கி எழுந்தார் எனக்கேள்வி. இவ்வாறு ஓய்வு கிடையாது வருந்துவோர்க்கு அவர் கைகண்ட மூலிகையாய் இருந்து துன்பம் போக்கி இன்பமூட்டுகின்றன ரேடியோக் கச்சேரிகள்.

காலையிலிருந்து மாலைவரை உடல்தளர உழைக்கின்றான் உழைப்பாளி. மாலையில் வீடடைந்து கிடைத்த கூழைக் குடித்து ஓரிடத்தமர்கின்றான். வறுமையின் சின்னங்களாகிய 'இல்லை, இல்லை' என்னும் பாட்டினை, அருகிலிருந்து பாடுகின்றாள் அவன் மனைவி. குழந்தைகளின் தொல்லையும் அவனால் தாங்க முடிவதாக இல்லை. எங்கேயாவது போய்ச் சிறிது கவலையை மறக்கலாமென்று புறப்படுகின்றான். தெருக்கோடியிலுள்ள உணவுவிடுதிச் சாலையிலிருந்து வந்த ஓசை தன்பக்கம் இழுத்தது. சென்று வாயிற்படியில் உட்கார்ந்து கேட்டான். ஏறத்தாழ ஒருமணி நேரம் ரேடியோக் கச்சேரியை. கச்சேரி முடியும் வரை கவலையை மறந்திருந்தான் அவன். பிறகு சிறுகுடில் நோக்கிச் சென்றான், ஓய்வும் வசதியுமற்ற ஏழை மக்கட்கும் அவர் தந்துன்பத்தை மறந்திருக்கப் பெரிதும் துணை புரிகின்றது ரேடியோக் கச்சேரி!

பணவசதியுடையோர்க்கும், அற்றோர்க்கும் ஓய்வு நிறைய உடையவர்கட்கும் அஃதில்லாதோர்க்கும் ரேடியோக் கச்சேரிகள் பெரிதும் பயன்படுகின்றன.

மக்கள் அனைவருமே பெரிதும் இசையை விரும்புவர். இவருள் இசைபாட விரும்புவோர் சிலர்; இசையை விரும்பிக் கேட்போர் பெரும்பாலோர். இசை கேட்க விரும்புவோருள்ளும் கச்சேரிகளுக்குச் சென்று இரண்டு மூன்றுமணி நேரம் இருந்து கேட்க ஓய்வும் கச்சேரிக்குச் செல்லப் பணவசதியும் உடையவர்கள் மிகச் சிலரே. இவ்வகையினருக்கும் ரேடியோக் கச்சேரிகள் பெரிதும் உதவிபுரிகின்றன.

இயல்பாகவே இசையுணர்வு பெறாதவர்களும் மக்களினத்தில் இல்லையென்று கூறமுடியாது. அவர்களையும் இசையுணர்வு உடையவர்களாக ஆக்குகின்றது ரேடியோக் கச்சேரி. இசையில்

விருப்பமில்லாத காரணத்தால் கவலையற்றிருக்கின்ற அத்தகையோர்க்கு அருகில் ரேடியோக்கள் இருந்து இசை முழக்கம் செய்யுமானால் அவர்களும் நாளடைவில் இசையில் விருப்ப முடையவராவர்.

சிறப்பாகச் சொல்ல வேண்டுமானால் இசை ஒரு சிலருக்குத்தான் என்னும் நிலையை மாற்றி இசை எல்லோருக்கும் பொது என்னும் நிலையை உண்டுபண்ணியிருக்கின்றன ரேடியோக் கச்சேரிகள். மனிதப் பண்பை வளர்க்கின்றன. நாகரிகமாக நானிலத்தில் வாழச் சூழ்நிலைகளைத் தோற்றுவிக்கின்றன ரேடியோக் கச்சேரிகள்.

பணவசதியும் ஓய்வும் உடையவர்களால் கூட எல்லோருடைய கச்சேரிகளையும் சென்று கேட்க முடிவதில்லை. கேட்கும் வாய்ப்பைப் பெறுவதும் அரிது. ஆனால் ரேடியோ நிலையத்தார் பல்வேறு இடங்களில் வாழ்கின்ற இசை வித்வான்களைத் தருவித்துக் கச்சேரிகள் செய்ய ஏற்பாடு செய்கின்றனர். ரேடியோவின் மூலம் பவருடைய இன்னிசையையும் கேட்டு மகிழ முடிகின்றது. வீணை முதலியவற்றில் சிறந்த வித்வான்களையும் ரேடியோ நிலையத்தார் கச்சேரி செய்ய ஏற்பாடு செய்வதால் அனைவருடைய திறமையையும் ரேடியோக் கச்சேரிகள் மூலம் நாம் அறியமுடிகின்றது. இவ்வாறு இசை வித்வான்கள் அனைவரையுமே ரேடியோக் கச்சேரிகள் நமக்கு அறிமுகஞ் செய்து வைப்பதோடு அவர்களின் அருமை பெருமையையும் நாம் அறிய உதவிபுரிகின்றது.

ரேடியோக் கச்சேரிகளின் மற்றொரு சிறப்பு இளைய வித்வான்களையும் நமக்கு அறிமுகஞ் செய்து வைப்பது தான். இளைய வித்வான்களுக்கு ரேடியோக் கச்சேரிகளில் இடம் தரப்படுகின்றது. அதனால் அவர்கள் மேலும் ஊக்கமுடையவர்களாகச் சிறந்த இசை வித்வான்களாகின்றனர். இவ்வகையில் ரேடியோக் கச்சேரிகள் இளைய வித்வான்களுக்கும் பெரிதும் அளித்து வருகின்றன. இச்செயல் பெரிதும் ஊக்கம் பாராட்டுதற்குரிய செயல் என்பதோடு இச்செயலில் ரேடியோ நிலையத்தார் சிறிது முயன்று இளைய வித்வான்கள் அனைவருக்கும் இடந்தந்து

ஊக்கமளிப்பாராயின் இசை வாணர்கள் தொகை மிகவும் பெருகும் என்பதில் சிறிதும் ஐயமில்லை.

இசைவாணர்கள் ரேடியோவில் கச்சேரிகள் செய்யும் பொழுது மிகவும் முன்னெச்சரிக்கையாக இருக்கவேண்டியிருக்கிறது. வெளியிலே கச்சேரிகள் செய்கின்ற போது ஒரு கச்சேரியில் பல காரணங்களால் கச்சேரி சிறக்கவில்லையானாலும் மற்றொரு கச்சேரியில் இசைவாணர்கள் முன்னெச்சரிக்கையாக இருந்து நன்றாகப் பாடிப் பெயர் பெறலாம். கச்சேரி ஒவ்வொன்றையும் மக்கள் அனைவரும் கேட்கின்றார்களில்லை. ஆனால் ரேடியோக் கச்சேரிகளைப் பெரும்பாலான மக்கள் சிறப்பாக இசையில் விருப்பமுடையவர்கள் அனைவருமே கேட்கின்றார்கள். ஆகவேதான் இசைவாணர்கள் ரேடியோவில் கச்சேரி செய்யும் பொழுது முன்னெச்சரிக்கையாயிருந்து தக்க சூழ்நிலைகளோடு பாட வேண்டும். இல்லையானால் அவர்களின் பெயருக்கு இழுக்கு ஏற்படக் கூடும்.

கச்சேரிகளில் இசைவாணர்கள் படிப்படியே தந் திறமையைக் காட்டிப் பாடி மகிழ்விப்பர். ஏனெனில் அங்கே அவர்களுக்கு நிறைய காலமுண்டு. ஆனால் ரேடியோக் கச்சேரிகளில் கொடுக்கப்படும் கால அளவு மிகக் குறைவாதலால் அந்தக் குறைந்த காலத்திற்குள் இசைவாணர்கள் தன்திறமையைக் காட்டியாக வேண்டும். பக்கவாத்யங்களுக்கும் இடம் தந்து நல்ல முறையில் ரேடியோக் கச்சேரிகளில் பாடி வெற்றி பெறுவது சிறிது அரிதுதான். ஆகையால்தான் இசைவாணர்கள் தேர்ந்தெடுத்த சில பாடல்களை மட்டும் பாடி மகிழ்விக்கின்றனர்.

சாதாரணக் கச்சேரிகளில் இசைவாணர்கள் கேட்போரை முன்னால் காண முடிகின்றது. அவர்களுடைய விருப்பு வெறுப்பினை முகபாவத்தின் மூலம் அறிந்து அதற்கேற்றவாறு இசைவாணர்கள் பாடமுடியும். ஆனால் ரேடியோக் கச்சேரிகளில் கேட்போர் யாரையும் முன்னால் காணமுடியாது. கேட்போருடைய விருப்பு வெறுப்பினையும் அறித்து கொள்ள வாய்ப்பு இல்லாமல் போகின்றது, ஆகவே இசைவாணர்கள் பாடுவோராக மட்டுமில்லாமல்!

கேட்போராகவுமிருந்து அவர்க்கு எது விருப்பு? எது வெறுப்பு? என்பதையறிந்து அதற்கேற்பப் பாடியாகவும் வேண்டும். அப்பொழுது தான் இசைவாணர்கள் வெற்றி பெற வாய்ப்புண்டு.

சுருங்கச் சொல்வதானால் ரேடியோக் கச்சேரிகளால் மக்கள் பெரும் பயன் அடைகின்றார்கள். ரேடியோ நிலையத்தார் உயர்தரச் சங்கீதத்தைப் பரப்ப வேண்டுமென்னும் எண்ணங்கொண்டு மேலும் உழைப்பாராயின் உயர்தரச் சங்கீதம் எங்கும் பரவும். அதனால் மனிதர்களின் பண்பு பெருகும். எங்கும் இன்பம் தங்கும்!

15. இயலும் இசையும்

இயல், இசை, நாடகம் ஆகிய மூன்றினையும் முத்தமிழ் என்பர். ஒவ்வொரு துறையிலும் வல்லார் அத்துறையின் தலைமைக்குக் கூறும் காரணங்கள் வியப்பாக மட்டுமின்றி வேடிக்கையாகவு மிருக்கின்றன. இயற்றமிழ் வல்லார் இயற்றமிழே சிறந்த தென்பர். ஆகையாற்றான் முத்தமிழில் அது முதலில் வைத்து எண்ணப் பட்டிருக்கின்றதென்பர். நாடகத்தின் தலைமை தோன்றவே நாடகம் இறுதியில் வைக்கப்பட்டிருக்கின்ற தென்பர் அத்துறையில் வல்லார். கேட்க வேண்டுமா இசை வாணர்களைப் பற்றி? இயலையும் நாடகத்தையும் இடையில் நின்று இயக்குகின்ற காரணத்தால்தான் அதனை நடுநாயகமாக முன்னோர் வைத்தோதினார்கள், என்று அவர்கள் கூறுவார்கள். முறைவைப்பால் பெருமை தேடுகின்ற அவர்கள் உண்மையாகவே அவற்றிற்குள்ள தொடர்பை மறந்து விடுகின்றார்கள். ஒவ்வொன்றிற்கும் ஏனைய இரண்டும் தேவை. மூன்றும் ஒத்து இயல்வதே இசை என்னும் கருத்திலேயே அவற்றை முன்னோர் 'முத்தமிழ்' என வழங்குவராயினர்.

இதனை யுணராமையால்தான் சங்கீதத்தை அனுபவிப்பதற்குச் சாகித்யம் தேவையாயென்று பலர் கேட்கத் தொடங்கி விட்டார்கள். சாகித்யம் தேவையில்லை யென்றும் சிலர் சொல்வதைப் பார்த்து அவ்வாறு சொல்வதுதான் சங்கீதத்தில் தாம் வல்லவர் என்பதைக் காட்டுவதற்குரிய வழி போலும் என்று கருதிப் பலரும் சங்கீதத்தை யநுபவிப்பதற்குச் சாகித்யம் தேவையில்லை யென்று கூறுகின்றார்கள். நீரை முகந்து குடிக்க வேண்டுமானால் முகப்பதற்கு ஒரு பாத்திரம் தேவை. பாத்திரம் போன்றது இயற்றமிழ். பாத்திரத்தினுள்ளிருக்கும் நீரைப் போன்றது இசைத்தமிழ். இவ்வாறு கூறுவதனால் இசைத் தமிழுக்குள்ள பெருமை குறைந்து விடுகின்றதென்று யாரும் கருத வேண்டிய தேவையில்லை. ஓசை பொருளோடுதான் எழும் பொருளற்ற ஓசை இசை யெனப்படாது. மனத்திற்கு இன்ப துன்ப

உணர்ச்சிகளைத் தரவும் செய்யாது. ஒன்பது வகைச் சுவையுள் ஏதேனும் ஒரு சுவையையேனும் ஊட்டுவதுதான் இசையெனப்படும். ஓசையோடு சொல் கலந்து வரவில்லையாயினும் ஓசைக்கு அடிப்படையாகச் சொல் இருக்கின்ற தென்பதை யுணர வேண்டும். மகிழ்ச்சியோ, சோகமோ அன்றி வேறு சுவைகளை யூட்டும் சொற்களோ; அவற்றிலிருந்துதான் அவ்வச் சுவையூட்டும் இன்னிசையைத் தோற்றுவிக்க முடியும். மகிழ்ச்சிக்குரிய சொல்லிலிருந்து சோகத்தைத் தரும் இன்னிசையைத் தோற்றுவிக்க முடியாது. தோற்றுவிப்பதும் தவறு. 'வாழிய' என்று தொடங்கும் சொல்லிலிருந்து எத்துணைச் சங்கதிகளையும், இசை நுட்பங்களையும் பெய்து இசைத்தாலும் சோகத்திற்குரிய இன்னிசையைக் கேட்க முடியுமா? வெறும் இன்னிசையைக் கேட்ட அளவிலேயே மனம் நிம்மதி பெறுகின்றது என்பதனாலேயே இசைக்க இயல் தேவையில்லையென்று கூறுவது தவறு. இன்னிசையாக அது மாறுகின்ற பொழுதே சாகித்யதோடு அது தொடர்பு பெற்று விடுகின்றது. சாகித்யத்தின் தொடர்பு அதற்கு இல்லையானால் மனத்தில் அது எத்தகைய சுவை யுணர்வையும் தோற்றுவிக்காது.

எந்தச் சொற்களையும் அடிப்படையாகக் கொள்ளாமல் செய்யப்படுகின்ற ஆலாபனைகளைப் பற்றி என்ன சொல்கின்றீர்கள்? என்று பலர் கேட்கக் கூடும். சொற்களைத் தொடங்குவதற்கு முன்னால் செய்யப்படும் ஆலாபனைகள் சொற்களின் ஓசைக்கும் பொருளுக்கும் ஏற்ப அமைந்திருக்குமே தவிர மாறுபட அமையாது. செய்யப்படுகின்ற அவ்வின்னிசை ஏதேனும் ஒரு சொல்லைச் சென்று சார்ந்தே தீர வேண்டும். ஆகவே எழுப்பப்படும் இசை, சொற்களுக்கும் சொற்பொருளுக்கும் ஏற்பவே அமைந்திருக்கும். ஆகவே அதுவும் இயலைப் பற்றி யெழுந்த இன்னிசையாகவே அமையும். ஆகவே ஏதாவது ஒரு உணர்ச்சியை யெழுப்புவது இசை யென்பதுண்மையானால் அவ்விசையும் பொருளோடு கூடிய பொழுதே உணர்ச்சிகளை யெழுப்பும் ஆற்றல் பெறுகிறது என்பதுண்மையானால் இயலோடு கூடிய இசைக்கே அத்திறம் உண்டென்பதை நாம் உணரலாகும்.

இசைக்கு எவ்வாறு இயல் தேவைப்படுகின்றதோ அதே போன்று இயலுக்கும் இசை தேவைப்படுகின்றது. செய்யுட்கள்

அனைத்தும் இசையோடு படிக்கப்பட வேண்டியனவே. இயற்றமிழில் வல்லார் இசைத் தமிழைப் பெரும்பாலும் அறியார். எனவே அவர்கள் செய்யுட்களை உரைநடைகளைப் போலவே படிக்கத் தொடங்கினர். செய்யுட்கள் படிக்கப்படும் இடத்தில் இன்னிசையைக் கேட்டல் அரிதாகி விட்டது. எனவே இயலுக்கு இசையின் உதவி தேவையில்லை யென்னுமளவுக்கு அது வளர்ந்து விட்டது. இசைத் தமிழில் வல்லார் இயற்றமிழினும் வல்லாராக இருக்க வேண்டும். அல்லது எந்த இசை பாடினாலும் அப்பாட்டிற் குரிய மொழியில் சிறந்த அறிவு பெற்றிருக்க வேண்டும்.

அந்தந்த மொழியறிவு இல்லாது அந்த மொழிப் பாடல்களைப் பாடுவோர் தொகை பெருகி விடவே இசைக்கு மொழியறிவு தேவையில்லை யென்னும் நிலை வந்து விட்டது. பாடுவோரும் பொருளுணர்ச்சியில்லாது பாடவே, கேட்போர்க்கும் மற்றை யோர்க்கும் இது உண்மையே யென்று தோன்றுமளவிற்கு வளர்ந்து விட்டது. பொருளுணர்ச்சி தேவையில்லை யென்றால்தான் இன்னிசையை யநுபவிக்கின்ற தன் திறத்தை வெளிப்படுத்த வியலும் என்று கருதிப் பலர் தவறாகச் சொல்ல ஆரம்பித்து விட்டார்கள். இம்முறை வளரவேதான் இயலுக்கு இசை தேவையில்லை; இசைக்கு இயல் தேவையில்லை யென்னும் நிலை வந்துவிட்டது.

நடுநிலை நின்று ஆராய்வோர் ஒன்றனுடைய உதவி மற்றொன்றிற்குத் தேவைப்படுவதை யுணர்வர். இயற்றமிழில் செய்யுட்களை நான்கு வகையாகப் பகுப்பர். அவை வெண்பா, ஆசிரியப்பா, கலிப்பா, வஞ்சிப்பா என்பனவாம். செப்பல், அகவல், துள்ளல், தூங்கல் ஆகியவையே இவற்றிற்குரிய ஓசையாம். இவ்வோசைகளின் அடிப்படையிலேயே அசை, சீர், தளை, அடி, தொடை ஆகியவை அமைக்கப் பெற்றிருக்கின்றன. இவ்வோசை களினின்றும் அப்பாக்கள் வழுவுறுதல் குற்றம் என்பர். எனவே ஓசையின் அடிப்படையிலேயே பாக்கள் அமைந்திருப்பதை யறியலாம். ஓசையின் அடிப்படையில் அமைந்த இந்தப் பாக்களை இன்னிசையுடனேயே பாட வேண்டும். எடுத்துக்காட்டாக வெண்பாக்களைச் சங்கராபரண ராகத்தில் பாடினால் நன்றாக இருக்கும். அகவல் பாவைத் தோடி ராகத்தில் பாடினால் நன்றாக இருக்கும். இவ்வாறு இசையமைத்து அவற்றைப் பாடினால்,

சிறப்புற விளங்குவதை நாம் காணலாம். அவ்வாறு அவற்றை இன்னிசையோடு பாடுவார் இல்லை. ஆகையினால் இயலுக்கு இசை தேவையில்லை என்பது பொருந்துமா? இயற்றமிழில் வல்லவர்கள் இசைத் தமிழிலும் பயிற்சி பெறுதல் வேண்டும்.

இசையில் வல்லவர்கள்; இயலிலும் வல்லவர்களாக இருத்தல் வேண்டும். அப்பொழுதுதான் பாட்டினுடைய பொருளை யுணர்ந்து பாட முடியும். கேட்போரையும் உணரச் செய்ய முடியும். வெறும் ஓசையைத் தான் அநுபவிக்கவும் முடியாது. மற்றவர்களை அநுபவிக்கச் செய்யவும் முடியாது.

மாலையொன்று கட்ட வேண்டுமானால் அதற்கு மலர்கள் தேவைப்படுகின்றன. வெறும் மாலைகளையே அடுக்கிக் கட்டுவதை விட இடையிடையே மணமுடைய தழைகளையும் கலந்து கட்டினால் மாலையும் அழகாக இருக்கும்; மணமும் சிறந்து விளங்கும். மாலையின் அழகான தோற்றத்திற்கு இடையிடையே மணமுடைய இலைகளும் தேவையே. ஆனால் இந்த இலைகளைக் கொண்டே மாலையொன்று புனைந்தால் அந்த மாலைக்கு அழகு ஏது? அதுபோலத்தான் பொருளும், இசையும் பொருந்த வரும் பாடல்கள் கேட்போர்க்கு இன்னமுதை வாரி வழங்கும். வெறும் இன்னோசை அத்தகைய இன்பத்தைத் தராது; வெறும் தழைமாலை கண்களுக்கு அழகைத் தராதது போல. எனவே பொருள் உணர்ச்சியோடு இசைவாணர்கள் பாட வேண்டும்.

இன்னிசை உள்ளத்தை யுருக்க வல்லது. பொருளோடும் அது பொருந்தி யிருக்குமானால் உள்ளத்தை யுருக்கக் கேட்கவா வேண்டும்! "புழுவாய்ப் பிறக்கினும் புண்ணியா உன்னடி யென்மனத்தே வழுவா திருக்க வரந்தர வேண்டும்" எனத் தொடங்கும் பாடலைப் பொருளுணர்ச்சியோடு பாடினாற்றான் கேட்போரின், உள்ளம் நீராகக் கரையும். வெறும் இசை நுட்பங்களை அதிலமைத்துப் பாடினால் உள்ளத்தில் உருக்கம் தோன்றாது. பொருள் அறிவு இல்லாமல் இசை நுட்பங்களைப் பாடல்களில் அமைத்துப் பாட நினைக்கும் பொழுது சொற்களைத் தவறாகப் பிரிக்க வேண்டிய தேவையேற்படுகின்றது. பொருளறிவு இல்லாமையால் சிறிதும் கவலையில்லாமலும் சொற்களைச் சிதைத்துப் பாடுகின்றார்கள்.

பொருள் உணர்ச்சியுடையவர்கள் அப்பாடல்களைக் கேட்கும் பொழுது மிகவும் வெறுப்புக் கொள்ள வேண்டியிருக்கின்றது. சில சமயங்களில் தவறான பொருள்களிலும் அறியாமலே பாடுவார் பாடுகின்றனர். 'மனம் போனவாறு' என்னும் அடியில் சங்கதிகளையும், இசை நுட்பங்களையும் சேர்த்துப் பாடும் பொழுது பொருள் அறிவு இல்லாமையால் 'மானம் போனவாறு' எனப்பாடு கின்றனர். பெரிய சங்கீத வித்வான்களே இத்தகைய தவறுகளைச் செய்யும் பொழுது சிறு வித்துவான்களைப் பற்றிக் கேட்கவா வேண்டும்!

அதை இப்பொழுது நினைத்தாலும் சிரிப்புத்தான் வருகின்றது. என்னையறியாமலேயே நான் சிரிக்க அருகிலே இருந்த நண்பர் என்னவென்று என்னைக் கேட்க அவரிடத்தில் இதனைக் கூறவே அவர் கோடையிடி போன்று சிரிக்கத் தொடங்கி விட்டார். அத்தனை பேரும், பாடிக் கொண்டிருந்த வித்துவான் உட்பட எங்களைப் பார்க்கத் தொடங்கி விட்டார்கள். பெரிய சங்கீத வித்வான் ஒருவருடைய கச்சேரிக்குப் போக வேண்டியிருந்தது அன்று. ஒரு வாரமாக மழை பெய்து கொண்டிருந்தது. நான் வெளியூர் சென்று வந்திருந்தமையால் நீர்க் கோப்பினால் உடல் நலமில்லாதிருந்தது. அந்தக் கச்சேரிக்குப் போக வேண்டாமென்றே இருந்தேன். நண்பர் ஒருவர் வந்து வற்புறுத்தவே வேறு வழியில்லாமல் புறப்பட வேண்டியதாயிற்று. ஆனால் புறப்பட்ட பொழுது நீர்க் கோப்புக் குறைய மாத்திரை மருந்து ஒன்று போட்டுக் கொண்டே புறப்பட்டேன். சென்று முன் வரிசையிலிருந்த நாற்காலி யொன்றில் உட்கார்ந்தேன்.

பாடிக் கொண்டிருந்தவர் இசை வாணர்களாகிய என்னுடைய நண்பர்களில் ஒருவர். நாங்கள் ஒருவர் ஒருவரைக் காணும் பொழுது உடல் நலம் முதலிய பல நலங்களையும் விசாரிப்பதுண்டு. நான்சென்று உட்கார்ந்து நண்பரை நிமிர்ந்து பார்த்தேன். "சீதம் இறங்கவில்லையா" என்று பாடினார். நமக்கு நீர்க்கோப்பு-சீதம் இருப்பது இவருக்கு எப்படித் தெரிந்தது; சீதம் இறங்க வில்லையா என்று கேட்கின்றாரே என்று நினைத்தேன். இரண்டு மூன்று முறை வேறு நண்பர் கேட்கத் தொடங்கி விட்டார் சீதம் இறங்கவில்லையா என்று. எனக்கு அது அறிமுகமாகியிருந்த பாட்டானமையால் "சித்தம் இரங்க வில்லையா" என்பதிலுள்ள சித்தத்தை அவ்வாறு

நண்பர் சிதைத்துச் சீதம் இறங்கவில்லையா என்று பாடுகிறார் என்று உணர்ந்து கொண்டேன். என்னைத் தவிர அவருக்கு அறிமுகமாயிருந்த நண்பர்கள் யார் வந்தாலும் அப்பொழுது அவர் இந்த அடியைப் பாடியிருந்தாலும் இன்னும் சீதம் இறங்கவில்லை யென்றே பதில் தந்திருப்பார்கள். பொருளுணர்ச்சி தேவையில்லை என்னும் நண்பர்கள் எனது இந்த அநுபவத்தைச் சிந்திப்பார்களாக.

இதே நிலைமையை இயற்றமிழில் வல்லார் பாடம் போதிக்கும் பொழுதும் காணலாம். அவர்கள் இசையோடு பாடுவதில்லை. சொல்லினிமையால் தோன்றும் இசை யின்பத்தை மாணவர்கள் பெற அவர்கள் இடந்தருவதில்லை. காரணம் அவர்களுள் பெரும்பாலோர் இசையோடு பாட வறியார். இசையோடு பாடத் தெரிந்தவர்களும் அவ்வாறு பாடுவதில்லை; உரைநடை படிப்பது போன்று செய்யுளையும் படிக்கின்றார்கள். இவர்கள் படிப்பது உரைநடையா அன்றிச் செய்யுளா என்பதை ஆராய்ந்துதான் தெரிந்து கொள்ள வேண்டியிருக்கின்றது. ஓசையின் அடிப்படையில் ஆக்கப் பெற்ற பாடல்களைச் சிறிதும் கூசுதலின்றி, இது இசை நிறை, அது அசைநிலையெனக் கூறி விடுகின்றனர். மாணவர்கள் இது எவ்வாறு இசை நிறையாகும் என்பதை அறிய முடியாமலிருக்கின்றார்கள், இசை நிறைக்க வந்த நிலையைப் பாடிக் காட்டினாலன்றி யறிய முடியாதல்லவா! இசையின்பந் தோன்ற இயற்றப் பெற்ற பாடல்களை இசைத் தொடர்பின்றிப் பாடுதலுந் தவறே. இயற்றமிழ் நூல்களைப் பாடமோதுவார் சிறப்பாகத் தமிழாசிரியர்கள் செய்யுட்களை இன்னிசையோடு பாடிக் காட்டி மாணவர்கட்கு இசையறிவை ஊட்ட வேண்டும். தெலுங்கு முதலிய மொழிகளில் அம்மொழிச் செய்யுட்களைக் கற்பிப்பார் இன்னிசையோடு பாடிக் காட்டியே கற்பித்தலை நாம் அறிய வேண்டும். அப்பொழுதுதான் மாணவர்கள் உள்ளத்தில் இசையறிவு படியும். இயலுக்கு இசையும் தேவை யென்னும் எண்ணம் வளரும். ஓரளவு பாடத் தெரிந்தவர்கள் கூசுதல் இன்றிப் பாடிக் காட்ட வேண்டும். இவ்வாறு இரு முனைகளிலும் வளர்ச்சி துவங்க வேண்டும். அப்பொழுதுதான் இயலும் இசையும் நல்ல முறையில் வளர்ச்சியுறும்.

16. இசையும் நாடகமும்

நாடகக் கலை நமது நாட்டிற்குப் புதிய தொன்றன்று. இந்நாட்டிலேயே தோன்றி வளர்ந்து வளம் பெற்ற கலைகளுள் இஃதும் ஒன்று. இந்நாளிலே நாடக நூல்கள் குறைவாகக் காணப்படுவது கண்டு நாடகத்தின் பழமையைக் குறைத்துக் கூறுதல் பொருந்தாது. இயலுக்கும், இசைக்கும் எந்த அளவு பழமை யுண்டோ, அந்த அளவு பழமையுண்டு நாடகத்திற்கும். இயலை வளர்க்கச் சங்கங்கள் இருந்தது போன்றே இசை, நாடகங்களை வளர்க்கவும் சங்கங்கள் இருந்தன என்பர். அகத்தியரால் இயற்றப் பெற்ற அகத்தியம் இயல், இசை, நாடகம் ஆகிய முத்தமிழுக்கும் இலக்கணம் கூறும் நூல்.

நாடகக் காப்பியமாக இன்று நமக்குக் கிடைப்பது சிலப்பதிகாரமாகும். அதனையும் அதன் உரைகளையும் ஆராய்ந்து காணும் பொழுது முன் இருந்து இறந்த நாடக நூல்களின் பெயர்கள் பல காணப்படுகின்றன. "நாடகத் தமிழ் நூலாகிய பரதம், அகத்தியம் முதலிய தொன்னூல்களும் இறந்தன. பின்னும் மறுவல், சயந்தம், குண நூல், செயிற்றியம் என்பனவற்றுள்ளும் ஒரு சார்சூத்திரங்கள் நடக்கின்ற அத்துணையல்லது முதல் நடு இறுதி காணாமையின் அவையும் இறந்தன போலும்" என உரையாசிரியர் அடியார்க்கு நல்லார் குறிப்பிடுகின்றார். சங்க காலத்தில் நாடக இலக்கியங்களும், இலக்கணங்களும் நிறைய இருந்தன என்பர்.

பண்டைக் காலத்தில் நாடகங்கள் பெரும்பாலும் சமய சம்பந்தமாகவும் பெரியோர்களுடைய வரலாறு சம்பந்தமாகவும் இயற்றப் பெற்று நடிக்கப்பட்டன. பெரும்பாலும் அவை விழாக் காலங்களிலே நடிக்கப் பட்டன. நாடகம் அந்நாளில் கூத்து எனவும் நாடகத் தில் நடிப்போர் கூத்தர் குழாம் எனவும் வழங்கப்பட்டனர். நாடகங்களில் யாழ், கோடு, நெடுவங்கியம் முதலிய கருவிகளும்

பயன்படுத்தப்பட்டன. நாடகத்தில் நடித்தோர் கூத்தர், பொருநர், கோடியர் என வழங்கப்பட்டனர். பாடினிகள், விறலிகள் என்பார் அவர்கட்கு உடனிருந்து உதவி புரிந்தனர். உழைப்பின் அயர்வையும், களைப்பையும் போக்கிக் கொள்ளவே நாடகங்களை மக்கள் கண்டு வந்தனர்.

சுதஞ்சணன் உதயணனுக்குப் பேருதவி செய்தவர்களில் ஒருவன். ஆகையால் அவனுடைய வரலாற்றை நாடகமாகச் செய்து அதனைக் கூத்தர் குழுவினர் நடித் துக் காட்டக் கண்டு மகிழ்ந்தான் சீவகன் எனச் சிந்தாமணி கூறுகின்றது.

நாடகத்திற்குரிய அரங்கத்தின் இலக்கணம் சிலப்பதிகாரம் அரங்கேற்று காதையில் ஆசிரியர் இளங்கோ வடிகளால் விரிவாகக் கூறப்பட்டிருக்கின்றது, நாடகத்திற்குத் தேவையான மற்றவர்களைக் குறிக்கின்ற பொழுது இசையாசிரியன், கவிஞன், தண்ணுமையோன், வேய்ங்குழலோன், யாழாசிரியன் முதலியோரைக் குறித்திருக்கின்றார். இவ்வைவருள் கவிஞனும் சேர்க்கப்பட்டிருப்பதை நாம் இங்கே நினைவிற் கொள்ளுதல் வேண்டும். இடத்திற்குத் தக்கவாறு பொருள் நிரம்பிய பாடல்களைக் கவிஞனும் உடனிருந்து பாடியுதவுதல் வழக்க மென்பது இதிலிருந்து புலனாகின்றது.

அரசர்க்கெனத் தனியே நாடகங்கள் தயார் செய்யப்பட்டு நடிக்கப்பட்டு வந்தன. அவை ‘வேத்தியல்’ எனப்பட்டன. பொதுமக்கட்கென நாடகங்களும் நடிக்கப் பட்டன. அவை பொதுவியல் எனப்பட்டன. பிற்காலத்தில் தஞ்சைப் பெரிய கோவிலில் நடிக்கப்பட்டு வந்த இராஜராஜ நாடகம் வேத்தியல் வகையைச் சேர்ந்ததே யாகும். நாடகத்துள் பாடப்பட்டு வந்த பாட்டுகள் உரு எனப்பட்டன. அவற்றை இந்நாளில் உருப்படி என்பர். எனவே இன்று நமக்குக் கிடைக்கும் ஆதாரங்களைக் கொண்டு நோக்கினும் நாடகக்கலை பழமையும் பெருமையும் உடையது என்பதை அறியலாம்.

இவ்வாறு பெருஞ் சிறப்போடு வளர்ந்து வளம் பெற்று வந்த நாடகக் கலையும், இசைக் கலையும், மற்றைய நாளில் பெருமை குன்றக் காரணம் என்ன வென்பதையறிதல் வேண்டும். பலர்

பலவாறாகக் கூறுவர். சமய காலங்களில் மக்களின் உள்ளத்தைப் பெரிதும் கொள்ளை கொண்டது சமயங்களாக இருந்தமையால், பிற நிகழ்ச்சிகளைப் பற்றிக் கவலை கொள்ளாது மக்கள் வாழ்ந்தனர் என்று கூறுவர். இசையும், நாடகமும் காம உணர்ச்சியைத் தூண்டுவனவெனக் கொண்டு அவற்றைக் கடிந்தனர் சைனரும் சமணரும் எனக் கூறுவாருமுளர். ஐம்பெருங் காப்பியங்கள் மேலே கூறப் பெற்ற சமயங்களைச் சேர்ந்த ஆசிரியர்களாலேயே இயற்றப் பெற்றிருக்கின்றன. சிலப்பதிகாரம் முத்தமிழ்க் காப்பியமாகவே விளங்குகின்றது. சிந்தாமணியுள் ஆசிரியர் சீவகனைச் சிறந்த கலைஞனாகக் காட்டியிருக்கின்றார். இசைக்கலை முதலிய பல கலைகளிலும் அவன் தேர்ச்சி பெற்றிருந்தான். ஏனைய காப்பியங்களிலும் இசை முதலியவைகளைப் பற்றிய விளக்கங்கள் நிரம்ப இருக்கின்றன. எனவே இசை நாடகங்களைப் பற்றி சைன, சமண வாசிரியர்கள் மேற்கூறியவாறு குறைவாக நினைத்திருப் பார்களா வென்பது ஐயத்திற்குரியதே.

எது எங்ஙனமாயினும் நாடகம் தான் தோன்றிய நாளிலிருந்து இசைக்கலையோடு இணைந்தே வந்திருக்கின்றது. நடிப்பு உச்ச நிலைபெறுவதற்கு இசை பெரிதும் உதவி புரிகின்றது. கல்வியறிவில்லாதோரைச் செந்நெறிப்படுத்துவதில் நாடகம் போன்று சிறந்த சாதனம் வேறொன்றுமில்லை. அந்நாடகமும் இசையோடு தொடர்பு பெற்று நடிக்கப்படுகின்றபொழுது காண்பார் உள்ளத்தைக் கவர்வதாக அமைந்து விடுகின்றது. பொதுமக்கட்கு அறிவு புகட்டுவதில் நாடகமே சிறந்த கருவியாகும். மக்கட்கு ஒழுக்கங்களைப் புகட்டுகின்ற நாடகங்களே பெரும்பாலும் முன்னாளில் நடிக்கப்பட்டன. அவை வழிவழி வந்த வரலாறுகளையோ, இராமாயண பாரதக் கதைகளையோ அடிப்படையாகக் கொண்டவை. பொதுவாக மக்கட்கு அறிவைப் புகட்டுவதாக அவை அமையவேண்டும். காலந்தோறும் தோன்றுகின்ற கருத்து களையும், செய்யவேண்டிய சீர்திருத்தங்களையும் அடிப்படையாகக் கொண்ட நாடகங்கள் எழுதப்பட்டு நடிக்கப்படுமானால் அக்குறைகள் தீர்ந்த பிறகு, அந்த நாடகங்கள் உயிர்பெற்றிருக்குமா வென்பது ஐயத்திற்குரியதே. காலத்திற்குக் காலம் தோன்றும் கருத்துக்களையும்

தேவைகளையும் நாடகத்தில் அமைக்கத் தொடங்கிவிட்டால் அவை பிரசார நாடகங்களாக ஆகுமேயன்றி நாடக இலக்கணம் அமையப் பெற்றதாக இரா. எனினும் பொதுவான உண்மைகள், ஒழுக்கங்கள் ஆகியவை யமையப்பெற்ற நாடகங்களை நடித்தல் நல்லது. காலந்தோறும் வேறுபடும் கருத்துக்கட்கும் தேவைகட்கும் நாடகங்களைக் கருவியாக்கி விடுதல் கூடாது.

நாடக வளர்ச்சி முன்னாளில் எவ்வாறு அமைந் திருந்ததேனும் இக்காலத்தையொட்டி நாடகங்களை வளர்த்தல் நம் கடனாகும். ஆங்கில இலக்கியங்களில் நாடகங்கள் சிறந்த இடத்தைப் பெற்றிருக்கின்றன. அனைவரும் போற்றத் தக்க நிலையில் அவை வளர்ச்சி பெற்றுமிருக்கின்றன. அவற்றை யடியொற்றி நாடகப் பண்புகள் அனைத்தும் அமைய நமது கலை, பண்பாடு ஆகியவற்றிற் கேற்ப நாம் நாடக நூல்களை அமைத்துக் கொள்ளல் வேண்டும். நாடக நூல்கள் இப்பொழுது தோன்றத் தொடங்கியிருக்கின்றன. அவையனைத்தும் நடித்தற்குரிய நூல்களாக அமைந்திருக்கின்றனவே யன்றிப் படித்தற்குரிய நூல்களாக இல்லை. நடித்தற் குரிய நூல்கள் படிப்பதற்கு ஆகாது. படிப்பதற்கு உரிய நூல்கள் நடிப்பதற்கு ஏலா. இவ்விரு துறையிலும் ஏராளமான நூல்கள் எழவேண்டும்.

ஆங்கிலத்தில் நாடகங்கள் ஓரங்க நாடகம், முழு நாடகம், நகைச்சுவை நாடகம் முதலியவாகப் பகுக்கப்பட்டிருக்கின்றன. தமிழில் ஓரங்க நாடகங்கள் படிப்பதற்கும் நடிப்பதற்கும் ஏற்ற வகையில் நிரம்பத் தோன்றுதல் வேண்டும். முழு அங்க நாடகம் இன்பியல் நாடகம், துன்பியல் நாடகம் என இருவகைப்படும். வரலாற்றை அடிப்படையாகக் கொண்ட நாடகமும் கற்பனையாக அமைந்த நாடகமும் வேறு உள. இத்துறையில் ஆங்கில நாடகங்கள் முன்னணியில் நிற்கின்றன. அவற்றையொட்டிப் படித்தல், நடித்தல் ஆகிய இரு நிலைக்கும் ஏற்கும் நிலையில் நாடகங்களை நிறையத் தோற்றுவித்தல் வேண்டும். ஆங்கிலமும் அருந்தமிழும் வல்லார் இத்துறையில் இறங்கிப் பாடுபடுதல் வேண்டும்.

நடிக்கப்படுகின்ற நாடகங்களில் முதலிடம் பெறத் தக்கது நடிப்பே. சாதாரண மனிதன் உலகில் ஓருணர்ச்சி வயப்படுகின்ற

பொழுது அடைகின்ற நிலையினைக் காட்டவேண்டுமானால் அதனை விட இரு மடங்கு நடித்துக் காட்டினால்தான் காண்போர் உள்ளத்தில் அவ்வுணர்ச்சியை யூட்டமுடியும். எடுத்துக்காட்டாக ஒரு மனிதன் துன்பத்துட்படுகின்றான் என்று வைத்துக் கொள்வோம். துன்ப நிலையை யறிந்த அளவில் தாங்க முடியாததாக அத்துன்பம் அமைந்திருந்தால் செயலற்று அவன் கீழே விழுந்து விடுவான். இதனை நடிக்கின்ற பொழுது துன்பச் செய்தியை யறிந்த அளவில் அவன் கீழே விழுந்துவிடத் திரையும் விழுந்து விடுமேயானால் காண்போர் உள்ளத்தில் சோகச் சுவை தோன்றுவதில்லை. துன்பச் செய்தியை அவன் அறிந்த அளவில் பலவாறு வாய்விட்டுப் புலம்பிக் காண்பார் உள்ளத்தில் சோகச் சுவையைத் தோற்றுவிக்க வேண்டும். அளவுக்கு மீறி நடித்து நகைச்சுவையைத் தோற்றுவித்து விடவும் கூடாது. காண்போர் உள்ளத்தைக் கருத்துட் கொண்டே நடிப்போன் நடிக்க வேண்டியிருக்கின்றது.

நடிக்கின்ற பொழுது பாத்திரமாகவேதான் மாறி விடுதலும் நன்றன்று. அவ்வாறு மாறி விட்டாலும் நடிக்க இயலாது. பாத்திரத்திற்கும் தனக்கும் தொடர்பற்ற வகையில் இருந்தாலும் பொருந்தாது. அவ்வாறிருந்தாலும் நல்ல முறையில் நடிக்க இயலாது. ஆகவே நடிகன் தன்னுணர்வோடு பாத்திரங்களின் பண்பில் நின்று காண்போரைக் கவனத்துட் கொண்டு நடிக்க வேண்டியிருக்கின்றது. இவ்வாறு அவன் நடிக்கின்ற வேடத்தில் சுவை உச்சநிலை பெறும் வகையில் இசை அவனுக்குத் துணை புரிகின்றது. இன்பம், துன்பம் முதலிய சுவையுணர்வு தோன்ற நடிப்போர்க்கு இசை பெரிதும் உதவிபுரிகின்றது.

இன்பச்சுவை வருமிடத்தில் பாடல்கள் பாடப்படுதல் நல்லது. அவை இன்பச் சுவையைச் சிறப்பிக்கச் செய்யும். எடுத்துக் காட்டாகக் காதலர்கள் இருவர் களிப்போடு இருக்கின்றார்கள் என்பதை நடிக்குமிடத்தில் பாடல்கள் பாடப்படலாம். அவை சிறப்பாகவும் இருக்கும். துன்பச் சுவை வருமிடங்களிலும் பாடல்கள் பாடப்படுகின்றனவே; அவை பொருந்துமா என்பதே அனைவருடைய உள்ளத்திலுல் எழும் ஐயம். துன்பத்தை யநுபவிக்கின்றவர்கள் உள்ளத்தில் பாடல்கள் எழுதல் இயலாது.

அப்பாத்திரத்தை யேற்று நடிப்பவர் உள்ளத்தில் மட்டும் எங்ஙனம் பாட்டு எழக்கூடும்? அவ்விடங்களில் பாடல்கள் பாடப்படுவது சந்தர்ப்பத்திற்குப் பொருத்த மற்றதாகவல்லவா இருக்கின்றது !

நடிப்பை அளக்கக் கூடிய அளவு கோல் காண்போருடைய உள்ளமே. அவர்களை நினைவிற் கொண்டே நடிப்பவர்கள் நடிக்க வேண்டும். காதலர்கள் இருவர் குதித்துக் கூத்தாடுவதாக நடிக்கப் படுகின்றது. அந்த அளவு உலகியலில் நடைபெறுகின்றதா வென்றால் இல்லை. இருமடங்கு நடிப்பை உயர்த்தினால்தான் காதலர்கள் மகிழ்வோடு இருக்கின்றார்கள் என்ற எண்ணத்தைக் காண்போர் உள்ளத்தில் தோற்றுவிக்க முடியும். உலகியலில் இவ்வாறு நடக்குமா? எனச் சிந்தித்து அந்த அளவு நடித்தால் போதும் என்று கருதக் கூடாது. காண்போருடைய உள்ளத்தையே கருத்துட் கொண்டு நடிக்க வேண்டியிருக்கின்றது. அதேபோன்றுதான் துன்பப் பகுதியை நடிக்கு மிடத்தும் இவ்விடத்தில் பாட்டுப் பாடலாமா? உலகியலிலே பாடுகின்றார்களா என்று பார்த்துக் கொண்டிருப்பதில் பயனில்லை. துன்பப் பகுதியாயினும் அத்துன்பச் சுவையை அதிகப் படுத்துவதாகப் பாட்டு அமைந்து விடுமானால் பாட வேண்டுவது இன்றியமையாததே. உலகியலிலே இது நடைபெறுவதில்லையே யென்றிருந்து விடக்கூடாது. காண்போருடைய உள்ளத்தில் துன்பச் சுவையை மிகுப்பதற்குப் பாட்டு உதவியாக இருக்கின்றது.

எடுத்துக்காட்டாகத் துன்பத்திற்குரிய பகுதி நடிக்கப் படுகின்ற இடங்களில் சோகப் பாடல்கள் பாடப்படுமானால் காணுகின்ற மக்கள் பாடல்களினால் உள்ளங் கரையப் பெற்று வருந்தி நிற்கின்றார்கள். சோகச் சுவையைப் பாடல்கள் சிறப்பிக்கின்றன. உலகியலிலே நடைபெற்றாலும் சரி; பெறாவிட்டாலும் சரி. அந்தச் சுவையைச் சிறப்பிக்குமானால் பாடல்கள் பாடப்படுதல் நல்லது. பாடல் பாடப்படுகின்றதே யென்பது கொண்டு மகிழ்ச்சி யடைபவர்கள் இருக்க முடியாது. பொதுவாக மகிழ்ச்சியை வெளிப்படுத்தக் கூடிய சின்னமாக இசை அமைந்திருந்தாலும் இடத்திற்கேற்ற வகையில் அவ்வச் சுவைகளைத் தோற்றுவித்தலிலும் இசை இணையற்று விளங்குகின்றது. அதுவே இசைக்கலையின் பெருமை. எனவே துன்பக் கட்டங்களிலும் பாடல்கள் பாடப்படுதலால் இழுக்கொன்றுமில்லை யென்பதையறிய

வேண்டும். அதற்கு மாறாகச் சுவைகளைக் காண்போருள்ளங்களில் இசை நிலையாக நிற்கச் செய்து விடுகின்றது.

நடிப்பவரே பாடினால்தான் நன்றாக இருக்கும். இடத்திற்குப் பொருத்தமாகவும் இருக்கும். இந்நாளில் நடிப்பவர் ஒருவராகவும் பாடுவார் ஒருவராகவும் இருக்கின்றனர். இடத்திற்கேற்றவாறு பாடுவாரும் பெரு முயற்சி செய்து பாடுகின்றார்கள். என்றாலும் குரல் வேறுபாடு தோன்றத்தான் செய்கின்றது. வேறு ஒருவர் பாடுகின்றார் என்பதை முன்னாலுள்ள மக்கள் உணர்ந்து கொள்கின்றார்கள். ஏதோ பாட்டு வருகின்றதென்பதை மக்கள் உணர்கின்றார்களே தவிர, உணர்ச்சியின் ஏற்ற இறக்கம் ஏற்படுவதை அவர்களால் தடுக்க முடியவில்லை. மற்றொருவர் பாடுகின்ற காரணத்தால் சுவையுணர்வு தொடராமல் இடையில் முறிவு படுகின்றது. இந்நிலை நடிப்பவர் ஒருவராகவும் பாடுவார் ஒருவராகவும் இருப்பதால் தோன்றுகின்றது. இருநிலையும் ஒருவரிடத்திலேயே அமைந்திருக்குமேயானால் அதுவே சிறப்பாகும். அவரையே சிறந்த நடிகர் என்று கூற வேண்டும்.

அவற்றோடு நாடகங்களில் பாடப்படும் உருப்படிகள் தமிழ்ச் சொல்லமைப்போடு பண்ணமைப்பும் பொருந்தியதாக இருக்க வேண்டும். வடநாட்டார் மெட்டுகளைத் தமிழ் உருப்படிகளில் சேர்த்து இன்று பாடப்படுவதைக் கேட்கின்றோம். சொல் சிதைவு படுகின்றது. சொல் தமிழாகவும் மெட்டு வேறொன்றாகவும் இருப்பதால் உணர்ச்சியைத் தோற்றுவிக்க அவைகளால் முடியாது போகின்றன. அதோடு தமிழ் உருப்படிகளும் சிதைக்கப்படுகின்றன. தமிழ் மக்களுடைய உள்ளங்களும் வேறுபட்டு நாளடைவில் தமிழ் இசையை விரும்பாத நிலையைப் பெற்று விடுகின்றன. தமிழ் இசை முறைப்படி உருப்படிகள் அமையுமானால் பாடல்கள் நன்றாக இருக்கும். சொற்களும் சிதையா. காண்பாருடைய மனமும் கெடாது. தமிழிசையும் வளரும். இத்துறையில் நடிப்போர் குழாமும் பட முதலாளிகளும் கவனத்தைச் செலுத்த வேண்டும். செலுத்த வேண்டுமெனக் கேட்டுக் கொள்கின்றேன். அப்பொழுது தான் நாடகத்தில் இசையைக் காணமுடியும். நாடகமும் வாழ்வு பெறும், இசைத் தமிழும் வாழும்.

❖❖❖